हाऊ डेट!

सुप्रिया वकील

मेहता पब्लिशिंग हाऊस

Please contact us at **Mehta Publishing House,** Pune.
Email : production@mehtapublishinghouse.com
Website : www.mehtapublishinghouse.com

- *या पुस्तकातील लेखकाची मते, घटना, वर्णने ही त्या लेखकाची असून त्याच्याशी प्रकाशक सहमत असतीलच असे नाही.*

HOW'S THAT! by SUPRIYA VAKIL

हाऊज दॅट! : सुप्रिया वकील / विनोदी ललितगद्य

© सुप्रिया वकील

author@mehtapublishinghouse.com

प्रकाशक : सुनील अनिल मेहता, मेहता पब्लिशिंग हाऊस,
१९४१ सदाशिव पेठ, माडीवाले कॉलनी, पुणे – ३०.

मुखपृष्ठ : सतिश भावसार

प्रथमावृत्ती : डिसेंबर, २०२०

P Book ISBN 9789353175078
E Book ISBN 9789353175085
E Books available on : play.google.com/store/books
www.amazon.in

निर्मळ, खळाळत्या हास्याचा धबधबा...
'माय पार्टनर इन क्राईम' शिवानीस...

अनुक्रमणिका

जीवश्चकंठश्च । १

माझी दंतकथा । ८

कल टकलाचा । १२

हाऊज दॅट! । १६

ब्यूटीपार्लरमध्ये मी । २३

सही रे सही! । २९

वाढता वाढता वाढे...! । ३४

“मिळून ‘मिसळू’न” । ४०

तंबूतला सिनेमा । ४५

नेमा तुझा रंग कसा! । ५०

फुलपंखी दिवस । ५५

बुफे... फे फे फे! । ५९

लाइक्स ॲन्ड डिसलाइक्स । ६६

परीक्षा एके परीक्षा! । ७०

(च) कलियोंका चमन... । ७६

अजब योग की गजब कहानी! । ७९

चहाबाज रे... । ८४

बारिश का बहाना है... । ८७

ट्रिंग ट्रिंग... । ९०

मिस्ड कॉल । ९६

‘रांग’रंग । ९९

‘सांगा कसं जगणार... कण्हत कण्हत की गाणं म्हणत?’ । १०४

वन्स अपॉन अ टाइम... । ११३
इट्स डिफ्रन्ट! । ११६
शुभ्र काही जीवघेणे! । ११९
या संकटांनो या! । १२१
मिशन एव्हरीथिंग पॉसिबल! । १२३
काळ्या करणीची कुटिल पात्रं । १२५
अबला आणि अतिबला । १२७
रडा रडा कोण अति रडे तो! । १२९
बिनचेहऱ्याची पात्रं । १३१
क्रिटिकल कन्डिशनम! । १३३
दूध का दूध, पानी का पानी । १३६
घराघरांतले न्यायाधीश । १३८
काय कुणाची भीती? । १४०
छळछावण्या । १४२
'सण'सणीत! । १४४

जीवश्चकंठश्च

परवा नकळत माझ्या हातून एक महापातक घडलं. इतकं मोठं पातक की, माझी एक मैत्रीण मला दुरावली. आता तुम्ही म्हणाल की, दुरावते ती मैत्री कसली? ...पण ही एकेकाळची मैत्री म्हणा, ऋणानुबंध म्हणा, कायमचा संपला एवढं मात्र खरं!

त्याचं काय झालं, बऱ्याच दिवसांनी ती मैत्रीण रस्त्यावर भेटली. ती चांगलीच लंगडतीय हे पाहताक्षणी दिसत होतं. काय बरं झालं असावं हिला?... मी विचार करत होते. एकदा वाटलं, प्रयासानं कमावलेल्या सगळ्या श्रीमंती स्टाइलचा हा एक भाग असावा. मग वाटलं, चक्रवाढ व्याजानं वाढणाऱ्या विशाल देहाच्या व्याप्तीचा हा परिणाम असावा... अर्थात हे सगळं माझं माझ्या मनाशीच सुरू होतं. कितीही इच्छा असली तरी असे प्रश्न काही कुणाला तोंडावर विचारता येत नाहीत. खरं ना!

माझ्या चेहऱ्यावर उमटलेलं प्रश्नचिन्ह तिला वाचता आलं का, माझी वारंवार तिच्या पायांकडं जाणारी नजर तिच्या लक्षात आली कोण जाणे; पण ती आपणहूनच म्हणाली,

"आमची लिसा म्हणजे अश्शी आहे ना..."

या विधानात किंचित विव्हळणंही होतं आणि शब्दाशब्दांतून कौतुकही ओसंडत होतं. मी अजून संभ्रमातच होते. लिसा नावाची एक (मूर्ख, उर्मट, माणूसघाणी) कुत्री तिच्याकडं आहे, हे मला माहीत होतं. त्या (हलकट) लिसामुळं मी फारशी त्या मैत्रिणीच्या घरी जायलाही उत्सुक नसायचे. मला कळेना, लिसाचा आणि हिच्या लंगडण्याचा काय

संबंध? ती बया या बयेला चावलीबिवली की काय?... आणि त्याचंही उसासत, कौतुक करत उदात्तीकरण चाललंय की काय?

मग तिच्या बोलण्यातूनच उलगडा झाला. लिसा हिला चावलीबिवली नव्हती, तर लिसाला प्रवासात कारमध्ये पुढचीच सीट लागते आणि तिथंसुद्धा ती या मैत्रिणीच्या मांडीवरच बसते म्हणे! जवळजवळ आठ-दहा तासांच्या प्रवासात लिसा माझ्या मैत्रिणीच्या मांडीवर बसून आल्यामुळं माझ्या मैत्रिणीचे पाय (चरबीच्या सुजेव्यतिरिक्त आणखी सुजून) चांगले टम्म फुगून, ती लंगडत होती.

हे ऐकून मी सुन्न, सर्द, धन्य, बधिर, हतबुद्ध वगैरे काय-काय होण्याच्या पलीकडं गेले. थोड्या वेळानं भानावर आले, तेव्हा अनेक वर्षं मनात दबून असलेला लिसावरचा माझा राग एकदम उफाळला.

कधीही या मैत्रिणीच्या घरी गेलं की, दारात ही लिसा बया वाईट तोंड करून हजरच! 'कशाला आलीय ही ब्याद' असं तिच्या देहबोलीतून आणि आविर्भावातून मला सतत जाणवत राहायचं. एकतर ती झडती घेण्याच्या थाटात तरी असायची, नाहीतर अंगाला खेटून अविश्वासानं हुंगत तरी राहायची. आपण नुकताच कुठंतरी दरोडा घालून आलोय आणि पोलिसांचं श्वान आपल्याला शोधून काढतंय, असा 'फील' लिसा मला देत असायची. कधीकधी ती प्रफुल्लित मूडमध्ये असली तर. आपल्याला खेळायला काहीतरी साधन किंवा खेळणं गवसलंय अशा थाटात उड्या मारायची, कधी मी समोर दिसल्या क्षणापासून तोंड फाटेस्तोवर भुंकत राहायची आणि मी आपलं जमेल तेवढं अंग चोरून घेत, आकसत आकसत वावरायचे... जणू मीच कुणी गुन्हेगार आहे... अशी सगळी पार्श्वभूमी क्षणार्धात माझ्या डोळ्यांसमोर उभी राहिली.

या मैत्रिणीच्या घरी खुर्चीवर किंवा कोचावर बसलं की, लिसा पहारा द्यायला बसल्यासारखी पायाशी बसायची. जरा म्हणून जागचं हलायची सोय नसायची. अशी तिनं किती वेळा माझ्या हृदयाची धडधड वाढवलीय म्हणून सांगू!

आणि माझी मैत्रीण तिला बाजूला करणं (खरंतर, हाकलून देणं) सोडून उलट तिच्याकडं कौतुकभरल्या नजरेनं पाहत, 'अगं, ती काही करत नाही.' हे ध्रुवपद आळवून आळवून मलाच गप्प करत असायची. ('काही करत नाही' म्हणजे चावणं, बोचकारणं, ओरबाडणं, देहाचा

एखादा तुकडा उडवणं याखेरीज कुत्री काही करत नाहीत हे मलाही माहीत आहेच की!) अशा प्रकारे माझी ही मैत्रीण लिसाच्या कौतुकात दंग असायची. मी धास्तावलेली असायचे आणि लिसा मला 'मेन्टल टॉर्चर' करत राहण्याचं काम पार पाडायची.

असं माझं त्या लिसाशी पूर्ववैमनस्य आहेच, त्यात हा प्रसंग ऐकून तर मला असली सणक आली म्हणून सांगू! आणि माझ्याही नकळत माझ्या तोंडून अगदी सात्त्विक संतापानं शब्द बाहेर पडले,

"अगं ही काय लाड करून घ्यायला सोकावलेलीच आहे. तिला अक्कल असणं अपेक्षित नाहीच; पण तुला कळत नाही? चक्क आठ-दहा तास मांडीवर? नसते अघोरी प्रकार... आता हे तुला केवढ्याला पडलं?"

हे माझे शब्द इतके स्फोटक, भावना दुखावणारे, अस्मितेला धक्का लावणारे आणि काय काय अनर्थ घडवणारे असतील, असं मला चुकूनसुद्धा वाटलं नव्हतं. आता तुम्ही म्हणाल की, मी आडवळणानं तिची अक्कल काढली म्हणून तिला राग आला असेल, पण छे हो! 'लिसाला अक्कल असणं अपेक्षित नाही.' आणि 'ती सोकावलेली आहे.' हे दोन उल्लेख 'स्कड' किंवा 'ड्रोन'च्या तोडीचे ठरतील याची मला कल्पना नव्हती. मी लिसाची अक्कल काढणं माझ्या मैत्रिणीच्या वर्मावर घाला घालणारं ठरलं. पुढं ती कितीतरी वेळ असंबद्ध बडबडत होती. मला तर ती बोलतेय की लिसा भुंकतेय तेच कळत नव्हतं... अखेर अंगातलं त्राण संपल्यावर ती बोलायची थांबली आणि आमचा ऋणानुबंध तिथंच संपला. मघाशी मी लिसाबद्दल वापरलेली विशेषणं भावनेच्या भरात किंवा सत्याचे प्रयोग म्हणून तिच्या समोरच वापरली असती, तर मैत्रिणीनं माझ्या नरडीचा घोट घेतला असता आणि लिसाला माझ्या नडगीचा (किंवा पोटरीचा) घोट घ्यायला लावला असता, याबद्दल माझी खात्री पटली.

असल्या शेफारलेल्या, प्रतिष्ठित आणि व्हीआयपी (म्हणजे व्हेरी इम्पॉर्टन्ट पेट) लिसा, सूझ्या, टॉमी, पिंक्या, ब्राऊन्या, ब्लॅकी, जॉर्ज, जेम्स, जेन्या, ब्रुनो वगैरे अनेक ठिकाणी घरात मानाचं स्थान भूषवताना दिसतात. या सगळ्या श्वान अथवा श्वानेतर (मुख्यत्वे मांजरं) जमातीची नावं इंग्रजीच असतात. त्यांच्याशी बोलायचंसुद्धा इंग्रजीतच! त्यांना

बहुधा मराठी किंवा इतर कुठली राष्ट्रीय, प्रादेशिक भाषा समजत नसावी किंवा त्यांना इंग्रजीचं बाळकडू पाजून मोठं केलं जात असावं... नेमकं काय असतं कोण जाणे; पण 'नो नो, ब्रुनो नो', 'कम डिअर मार्गरिट,' 'नॉटी बॉय!' अशासारखं त्यांच्याशी बोलत असतात.

"आमचा बॉब टॉमवर एवढ्यांदा भुंकला की, तो शेपूट घालून पळालाच." किंवा "आमची ज्युली त्या शेजारच्या लिलीला मुळीच घाबरत नाही, परवा तर असलं बोचकारलं तिला." अशा पराक्रमाच्या गाथा ऐकायला मिळतात; पण त्यात कधी "आमची लीला पिसाळली म्हणून तिला गोळी घालावी लागली." किंवा "घारूला इंजेक्शन देऊन आणलं." "प्रज्ञा सुरभीवर धावून गेली." असं कधी ऐकायला मिळतं का बघा!

शिवाय या सन्माननीय जमातींना कुत्रं, मांजर असं 'जातिवाचक' बोलायचं नसतं, लगेच त्यांच्या मालकांची अस्मिता दुखावते. म्हणजे माणसांचा उल्लेख करताना, 'तो बेरकी बोका', 'हरामखोर कुत्री' असा केला तर चालतो; पण खऱ्या कुत्र्या-मांजरांना तसं म्हणायचं नसतं. बरेचदा हे मान्यवर 'माजा शोन्या गं तो' किंवा छकुली, पिंटुकली इतक्या सलगीतच असतात; पण किमान त्यांच्या ठेवलेल्या नावानं त्यांचा उल्लेख करायचा असतो किंवा त्यांच्याशी बोलायचं असतं.

अशाच एखाद्या पिंकीची अंघोळ घालण्यासाठी मनधरणी करायची, तर 'अंघोळ म्हटलं की, नुसता उड्या मारतो' म्हणून एखाद्या जॉनीचं निथळत निथळत कौतुक करत त्याच्या रासन्हाणाची साग्रसंगीत तयारी करायची. एखादी जेनी 'क्यँव क्यँव' करून डोकं उठवणारं भुंकत राहिली की, ती रुसलीय म्हणायचं, त्यांच्याशी बोब्लं बोब्लं, लाडे लाडे बोलायचं, अशा प्रकारे त्यांचे मालक त्यांच्यावर अत्यंत खूश असतात; पण आमच्यासारख्या लोकांची त्यांच्या घरी जाताना होणारी पंचाईत त्यांच्या लक्षातही येत नाही, ते लक्षात घेत नाहीत किंवा लक्षात आलं तरी त्यांना काही फरक पडत नाही!

आमच्या एका परिचितांच्या घरी एक-दोन नव्हे, तर पाच-सहा कुत्र्यांची फौज आहे. त्यातले सगळे सन्माननीय सभासद बंगल्याच्या व्हरांड्यात आणि दिवाणखान्यात विराजमान असतात. घरी कुणी पाहुणा आला की, त्यातला एक काळाकभिन्न दैत्यासमान मान्यवर थेट त्याच्या

अंगावर उडी घेतो... त्यावर त्या घरातल्या यजमानांचं म्हणणं असं की, ''त्याला माणसं फार आवडतात. तो खूप 'फ्रेंडली' आहे. बघा, पाच मिनिटांत दोस्ती करेल तुमच्याशी.''

आपल्या छातीवर दोन पाय रुतवून अंगावर येऊ पाहणारा तो महाकाय कुत्रा पाहून आलेला माणूस हबकीनंच गचकायचा आणि समजा, जगला-वाचलाच तर 'त्याला कुत्री आवडतात का?' हा मुद्दाच लक्षात घ्यायचा नाही. त्या काळ्या राक्षसाला माणसं आवडतात ना... झालं तर मग! उद्या त्याला माणसाचा 'लेग पीस'च आवडू लागला तर द्यायचा तो!

अशाच आणखी एका ओळखीच्या घरी चांगलं वासराएवढं मोठं कुत्रं आहे. एकदा अगदीच अपरिहार्य कारणासाठी त्यांच्या घरी जाणं भाग पडलं. आम्ही घराच्या फाटकापाशी पोहोचलो, तेव्हा मागच्या अंगणात काहीतरी धावपळ, धडपड... आवाज कानी पडले. दोनच मिनिटांत घरचा मालक कुत्र्याच्या मानेला बांधलेल्या पट्ट्याची साखळी धरून धावत जाताना दिसला. त्याच्यासोबत ते अजस्त्र लडदू कुत्रं निघालं होतं. (ते दृश्य कुत्रं मालकाला फिरायला नेतंय, असं दिसत होतं.)

तितक्यात घराच्या मालकीणबाई फाटक उघडायला धावत आल्या.

''या, या... अहो, हे त्याला फिरायला नेतात ना, त्याची वेळ झाली की, तो इतका एक्साइट होतो की, समोर कोण येईल त्याच्यावर उडी घेतो.'' मालकीणबाई प्रसन्न वदनानं म्हणाल्या. माझ्या काळजाचा ठोकाच चुकला. नुकतेच घरचे मालक महाशय मागच्या दारानं का पळाले होते त्याचं कारणही कळलं. आम्ही ज्या कारणानं त्यांच्याकडं गेलो होतो ते काम होण्याआधीच त्या 'वासरा'नं घरधन्याला फिरवून आणलं आणि तो दिवाणखान्यात प्रतिष्ठेच्या मोक्याच्या जागी, टीव्ही दिसेल अशा बेतानं फुरफुरत बसला.

मालकाचा दम गेल्यानंतर आमची चर्चा सुरू झाली. मालकाच्या बोलण्यात आम्हाला पाहूनही सरळ निघून गेल्याबद्दल किंवा कसलीही दिलगिरी नव्हती, उलट 'वासरा'चीच जराशी गैरसोय झाली असा सूक्ष्म सूर होता. आम्ही अर्थातच लवकरात लवकर तिथून उठलो हे सांगणे न लगे!

मी पूर्वीचा एक किस्सा ऐकून आहे. पूर्वी... म्हणजे साधारण पणजोबांच्या काळात आमच्याकडं एक टिप्या नावाचा कुत्रं होतं म्हणे. ते नेहमी वाड्याच्या दारात किंवा सोप्याच्या पायरीशी बसलेलं असे. एकदा केव्हातरी ते देवघरापर्यंत आत आलं होतं, तर आजोबांनी त्याला रागावून एक फटका दिला होता. त्यानंतर ते गुपचूप बाहेर जाऊन गप्प बसून राहिलं होतं आणि उपाशी राहिलं होतं. त्यानंतर आजोबांनी त्याला थोपटून, स्वतः दूध-भाकरी खायला दिली, तेव्हाच ते जेवलं होतं असं मी ऐकलं आहे. त्यानंतर त्यानं पुन्हा कधी आत येण्याची 'जुर्रत' केली नव्हती. टिप्याचा हा काळ आता संपलाय. आता घरात आतच काय, पण पायाशी जेवायला सोबत, बेडवर, फिरायला जाताना, टीव्ही बघायला... सर्व स्थळी 'लिसा'सम लाडोबे आहेतच!

एका नातेवाइकांकडं जिमी नावाचा एक (माझ्या दृष्टीनं अगदी लबाड आणि बेरकी) बोका होता. घरातली कॉलेजला जाणारी कन्या त्या जिमीसाहेबांसाठी अगदी पागल होती. ते (लबाड) मांजर म्हणे ती कॉलेजमधून घरी परत येईपर्यंत तिची जेवायला वाट बघत असायचं. खरं काय होतं - ती कॉलेजमधून दुपारी घरी येईपर्यंत जवळपासच्या सगळ्या घरांतून जिमीसाहेब थोडा थोडा ब्रेकफास्ट करून चांगले सुस्तावलेले असायचे. ती घरी आली की, तिच्यासोबत पुन्हा थोडंसं चिवडायचे आणि गुबगुबीत गाद्यांवर एखाद्या पांघरुणाच्या घडीत शिरून निवांतपणे ताणून द्यायचे. चांगली मस्तपैकी झोप झाली की, उठल्यावर बराच वेळ मिशा, पंजे यांची आळोखेपिळोखे देत साफसफाई व्हायची. तेव्हा तिला वाटायचं की, जिमी तिला अभ्यास करताना 'कंपनी' द्यायला बसलाय. मग पुन्हा ती संध्याकाळी चहा घ्यायची तेव्हा जिमी 'प्रमुख पाहुणा' असायचाच. अशा प्रकारे आगतस्वागत झोडून मग जिमी पुन्हा जवळपासच्या स्वयंपाकघरांच्या वासावर रवाना व्हायचा... पण या मुलीला मात्र त्या प्रेमळ, एकनिष्ठ बोक्याचं कोण कौतुक!

माझी आणखी एक मैत्रीण तिच्या कुत्रीच्या चवीढवींच्या 'सेन्स'वर बेहद्द खूश असायची. तिला (म्हणजे कुत्रीला) म्हणे क्रीमच्या बिस्किटातलं फक्त क्रीमच आवडायचं, बाकीच्या बिस्किटाला ती तोंड लावायची नाही. मनाजोगतं खाणं नसेल तर ती 'अपसेट' व्हायची म्हणे! या कुत्रीचं नाव होतं 'लायका'. त्यामुळं असेल कदाचित; पण आपण

अंतराळात जाऊन संशोधन करून आलोय असे भाव तिच्या चेहऱ्यावर असायचे. या लायकाबाईंना काकडीची कोशिंबीर म्हणे फार फार आवडायची. (आता साधी कोशिंबीर, रायता की खमंग काकडी असं विचारायचा मोह मला झाला होता... पण मी तो आवरला!)

आणखी एकांकडं ऐकलं की, त्यांच्या कुत्र्याला म्हणे जेवल्यानंतर ताक लागतं आणि काहीतरी गोड 'मस्ट' असतं... त्यातसुद्धा त्याला रव्याचा लाडू फार आवडतो म्हणे! (इथंही रवा-बेसनाचा, रवा-खव्याचा की रवा-नारळाचा यातही 'चॉइस' असणार याची मला खात्री असल्यामुळं मी इथंही विचारण्याचा मोह आवरला.)

एकूण काय 'माणूस म्हणतो, गाय पाळली आणि गाय म्हणते, गडी ठेवला' अशा प्रकारचं ते नातं असतं. सिगारेटच्या पाकिटावर किंवा जाहिरातीत जसा वैधानिक इशारा असतो - 'सिगारेट वा तंबाखू सेवन आरोग्यास अपायकारक आहे. - सावधान' असे इशारेही घराच्या फाटकावर लावलेले असतात. यावरून आठवलं, एका फाटकापाशी पाटी होती, 'टी. पी. तुपेकर' आणि खालच्या ओळीत लिहिलेलं होतं, 'कुत्रा आहे, सावधान!' तिथून जाताना काही व्रात्य मुलं हे सगळं सलग वाचून खिदळत जात असत.

ही चावरी-भुंकरी कुत्री आणि फिस्कारलेली, बोचकारण्याच्या पवित्र्यात असल्यासारखी वाटणारी माणसं त्यांच्या त्यांच्या मालकांची जीवश्च-कंठश्च असतात; पण ती आपले प्राण कंठाशी आणतात एवढं खरं!

❖

माझी दंतकथा

रात्री मध्येच जाग आली आणि एक दाढ भयंकर दुखतीय अशी वेदनायुक्त जाणीव झाली. उद्याचा सगळा दिवस, ढीगभर कामं समोर वाटून ठेवलेली... अशा अवस्थेत रात्रीची निवांत झोप आवश्यक असताना आता ही बया नेमकी आत्ताच कशी 'उपटली' या विचारानं मी हैराण झाले. खरंतर ती पूर्वीच उपटून टाकली असती, तर आज अशी अचानक घात करायला उपटली नसती एवढं मात्र खरं! पण आता असलं काय काय वाटून काय उपयोग होता?

माणसाचं कसं असतं नाही! पोट दुखायला लागलं की वाटतं, हे एवढं दुखणं नको, त्याऐवजी पाय दुखला तरी चालेल; पण पाय दुखायला लागला की वाटतं, छेऽऽ पाय एवढे दुखू नयेत... खरंतर आपल्या नखशिखांत अवयवांपैकी काहीच दुखून किंवा 'आउट ऑफ ऑर्डर' असून चालत नाही. सगळं नीट, जागच्या जागी आणि कार्यरत असावं लागतं. शरीर 'सिग्नल्स' देत असतं; पण आपणच ते 'पकडत' नाही; मग कधीतरी ते हतबल होतं आणि अशी झोप उडते! अर्थात हे सगळे विचार, हे सगळं शहाणपण 'काही सुचत नाही' अशा आणीबाणीच्या वेळी सुचून काही उपयोग नसतो.

मी आपली या कुशीवरून त्या कुशीवर... पुन्हा त्या कुशीवरून या कुशीवर अशी तळमळत होते. दाढ नुसती ठाण ऽ ठाण ठणकत होती. डोक्यात, कानात, घशाजवळ प्रचंड दुखत होतं... अक्षरशः घण पडत होते. मी आपली आत्ता दुखणं थांबेल, मग थांबेल या आशेवर तळमळत पडले होते. या दुखण्यानं माझ्यावर चांगलाच दात धरला

होता. नंतर मग या दुखण्याची सवय झाल्यासारखं झालं... मग कधीतरी अर्धवटशी का होईना पण झोप लागली... असं करता करता सकाळ झाली आणि मी दवाखाना उघडण्याची अधीर प्रतीक्षा करत वेळ काढू लागले.

अखेर मी दवाखान्यात पोहोचले. ही काही माझी पहिलीच 'खेप' नव्हती; त्यामुळं मी फारशी न घाबरता दवाखान्यात गेले होते. मला हे दुखणं 'इन्स्टंट' थांबायला हवं होतं आणि आत्तापर्यंत इतकं दुखलं होतं की, आता यापेक्षा दुखून दुखून काय दुखावणार आहे, अशी दुखरी भावना माझ्या मनात दाटली होती.

डॉक्टरांना माझ्या बत्तिशीचा इतिहास आणि खाच-खळग्यांचा भूगोल चांगलाच ठाऊक होता; त्यामुळं मला 'आ' करायला सांगितल्यानंतर त्यांचा 'आ' फारसा वासला नाही.

अगदी पहिल्या वेळी मात्र मी चांगलीच घाबरले होते आणि त्यात डॉक्टरांचा गंभीर चेहरा पाहून मला 'आता काही आपलं खरं नाही!' असं वाटलं होतं. मग दात व दाढांचं फीलिंग, ब्रिज, क्राउन, रूट कॅनॉल अशी सगळी परिभाषा मला नव्यानं कळत... म्हणजे चांगलीच कळत गेली! तोवर मला पोकळ झालेल्या दाढांचं इतकं काही विशेष वाटलं नव्हतं. रस्त्यावर जसे वर्षानुवर्षं खड्डे असतात तसे दाढांतही खड्डे... त्यात काय विशेष? अशी माझी तोपर्यंत धारणा होती. एखादी दाढ काढतोय म्हणजे आपण फार काही इस्टेट गमावतोय असं मला तेव्हा वाटत नव्हतं. डॉक्टरांनी मात्र अशा सहजासहजी दाढा उपटायला विरोध केला. तोवर मला सिमेंट बांधकामात आणि सोनं-चांदी दागिन्यांत वापरतात एवढंच माहीत होतं; पण दातांनी माझ्या ज्ञानात भर घातली आणि या 'फीलिंग'चाही अनुभव दिला. नदीवरच्या पुलापेक्षा हा 'ब्रिज' किती वेगळा असतो हे कळलं. पाण्याच्या कॅनॉलचा आणि 'रूट कॅनॉल'चा संबंध नसतो हे कळल्यावर माझ्या कल्पनेला अगदी 'रूटा'पासून म्हणजेच मुळापासून हादरा बसला आणि दातांचा क्राउन हा सौंदर्यस्पर्धेतील ब्यूटी क्वीनच्या क्राउनसारखा नसतो हे वास्तवही मी 'आ' करून पचवलं!

कपडे आणि दागिने यांची मापं किंवा ट्रायल्स द्यायला जातात, एवढंच माहीत असलेली मी दातांसाठी मापं द्यायला हेलपाटे घालू लागले. भरभक्कम किमतीची, सोनं-चांदी-मेटल यांची बनलेली दाढ

'खोटी' का म्हणायची, असा प्रश्न पडला तरी 'खोटी दाढ' बसवायला खरे पैसे, खरा वेळ, खऱ्या वेदना सोसाव्या लागतातच हो! दाढा भरणं हा प्रकार पेंढा भरून जनावरं टिकवण्यासारखा असतो किनई? रुबाबदार, भारदस्त दिवाणखान्याची शोभा वाढवण्यासाठी अशी पेंढा भरलेली जनावरं ठेवलेली असतात, तसंच तोंडातील दातखान्याची... याला खाने के दातों की म्हणायला हरकत नाही, नाही का? तर या दातखान्याची शोभा टिकवण्याचं काम या 'भरलेल्या' दाढा करत असतात. भरलेल्या दाढा हा शब्दप्रयोग मला भरली वांगी किंवा भरल्या मिरच्या यासारखा वाटतो!

एक दात किंवा दाढ गमावल्यानंतर, तोंडात 'कधीही भरून न येणारी जी पोकळी' तयार होते, ती पोकळी कृत्रिमरीत्या भरण्यासाठी काय काय आटापिटा करावा लागतो हो! हेलपाटे घाला, दुर्मुखलेल्या लोकांच्या रांगेत बसा, कडवट चवीची मलमं फासून घ्या, तोंडात इंजेक्शन घ्या, दात कोरून घ्या, चुळा भरा, थुंका, औषधं घ्या, माप द्या... बाप रे, बाप!

दातांनी ऊस खाणं, अक्रोड फोडणं एवढंच काय शीतपेयाच्या बाटलीची पॅक टोपणं कट्‌कन उघडणं असली अद्‌भुत वाटण्याजोगी दृश्य जाहिराती आणि सिनेमातच मुख्यत्वे दिसतात. प्रत्यक्षात दात इतके 'कंडिशन'मध्ये असण्याचं भाग्य कितीजणांना लाभत असेल कोण जाणे! दातांच्या तुकडीतले काही वीर कमकुवत असणं हे आपल्यासारख्यांचं नेहमीचंच दुखणं नाही का? आणि कॅडबरी, आइस्क्रीम, चिंचा, आवळे, आमसुलं असल्या दातांचं डोकं फिरवणाऱ्या शत्रूंवर आपलं पहिल्यापासूनच प्रेम... त्यामुळं दातांच्या पलटणीला माघार घेणं भागच पडतं. काय करणार!

मग मी माझी 'दर्दभरी दास्तान' डॉक्टरांना सांगितली. त्यांनी मला आ करायला सांगून दातांची पाहणी-तपासणी केली आणि गोळ्या लिहून दिल्या. बहुतेक पुढचे सगळे सोहळे टळतील आणि दुखणं थांबेल अशी आशा निर्माण झाली. त्याप्रमाणे खरंच घडलं आणि एक-दोन गोळ्या पोटात गेल्याबरोबर दाढ दुखायची थांबली. ही बया 'गोळीबारा'ला दाद देणं अजिबातच अपेक्षित नसल्यामुळं मला दुहेरी आनंद झाला. दुखणं थांबल्याचा आणि पुढचे सगळे सोपस्कार टळू

शकतील याचा!

मनात आलं, दातांची उपजत देणगी, त्यांची निगा, काळजी, योग्य उपचार हा सगळा भाग महत्त्वाचा असतोच असतो; पण आपण नेहमी 'दाखवायचे' दात आणि 'खायचे' दात असं म्हणतो ना... ते दोन्हीही एकच असणं... वेगवेगळे नसणं... अगदी खरे दात 'खोटे' असले तरीसुद्धा हे दोन्हीही एकच असणं हे जास्त महत्त्वाचं, हो किनई? ❖

कल टकलाचा

"**आ**ज कटिंगला जाऊन येतो." एका रविवारी सकाळी चहाचा तिसरा कप संपवता संपवता मी केस कापायला जायचा बेत जाहीर केला.

"बाबा, कटिंगला?" मुलीनं आश्चर्यानं विचारलं.

"हो," मी सरळपणे म्हणालो. माझ्या या निरुपद्रवी विधानाचं तिला एवढं आश्चर्य का वाटलं आहे ते आणि तिच्या असं विचारण्याचा रोख माझ्या लक्षात आला नव्हता.

"या तुमच्या केसात सलूनवाल्याला कापायला कुठं काही स्कोप आहे का... मायक्रोस्कोप लावला तरी!" मुलीनं अगदी माझ्या केसांनाच हात घालत, वर आणखी कोट्या करत, माझ्या केस कापायला जाण्याच्या साध्याशा बेताला कात्री लावायचा प्रयत्न केला.

"अगं, दीड महिना झाला जवळजवळ, आता जायला पाहिजे!" मी म्हणालो.

"अहो बाबा, दीड महिना होत आला म्हणून जाताय का, केस वाढलेत म्हणून जाताय?" माझी मुलगी तशी 'केस' सोडायला तयार नव्हती,

"आई, ऐकलंस का? बाबा कटिंगला चाललेत." तिनं आईचं लक्ष या विलक्षण (!) घटनेकडं वळवलं. तिच्या चेहऱ्यावर जगातलं आठवं आश्चर्य पाहिल्याचे भाव होते. बायकोला मात्र या घटनेत विशेष काही जाणवलं नसावं, कारण तिची त्यावर खास काही प्रतिक्रिया नव्हती. माझं टक्कल आणि तरीही मी कटिंगला जाणं हे तिच्या परिचयाचं होतं; पण आपल्याच विश्वात दंग असलेल्या माझ्या मुलीला मात्र आपल्या बाबांना टकलाची

देणगी लाभली असल्यामुळं त्यांना कधी केस कापायला जावंच लागत नाही, असं वाटत होतं की काय कोण जाणे!

अहो, माथ्यावर टक्कल मिरवत असलो तरी मानेच्या बाजूला, कानांजवळ केसांनी जे झिरमिळ्यांसारखं अतिक्रमण केलेलं असतं, ते काढून टाकायला नको का सांगा! पण ते या पोरीच्या कसं लक्षात येणार!

"अहो बाबा, तुम्ही या केसांत काय कापण्याचे पैसे देणार आहात?" मुलीला कोडं पडलं होतं.

"अगं, ते केस कापायचे नाही, केस हुडकण्याचे पैसे देतात." बायकोनं खुसुखुसु हसत नुकताच वाचलेला एक जोक वापरला. मग काय... मुलीला जोरच चढला. ती आणखी एक विनोद सांगायला सरसावली.

"बरं का, एकदा एका टकलावरून दोन उवा निघाल्या होत्या. त्यातली एक होती आई ऊ आणि दुसरी होती मुलगी ऊ. त्यातली आई मुलीला म्हणाली,

"आता तू इथं जे मोकळं पठार बघतीयेस ना, इथं पूर्वी घनदाट जंगल होतं. चांगली दाट झाडी होती आणि त्यातून फक्त एक बारीकशी, अरुंद पायवाट होती!"

सकाळी सकाळी दोघींनाही चेष्टा करायला निमित्तच सापडलं होतं आणि मी 'बकरा' झालो होतो.

खूप पूर्वीपासून माझा कल ट'कला'कडंच होता. वरकरणी दिसणारं केसांचं अवसान 'फुसकं' आहे, याची माझी मला मनोमन जाणीव होती. अनेकांना आनुवंशिक परंपरेनं, मिळणाऱ्या वारशासारखं टक्कलही मिळतं. माझं मात्र तसं नाही. माझं टक्कल 'स्वसंपादित' आहे असंच म्हणावं लागेल, कारण आमच्याकडं तशी आनुवंशिकताही नाही हो!

टक्कलवान मनुष्य क्वचितच निर्धन असतो, अशा अर्थाचा एक संस्कृत श्लोक आहे. माझ्या बाबतीत सांगायचं, तर धनानं नसली तरी टकलानं मात्र माझी भक्कम साथ दिली आहे आणि सदैव सोबत केली आहे. मी म्हटलं ना, तसं टकलानं फार पूर्वीच आपलं अस्तित्व दाखवायला सुरुवात केली होती. माथ्यावर मागं भोवऱ्यापाशी आणि कपाळाजवळ जिथून केसांची हद्द सुरू होते तिथं टकलाची थोडी थोडी लागण व्हायला सुरुवात झाली आणि मग पुढं हळूहळू करत कपाळाचीच हद्दवाढ होत होत, त्याचा 'एरिया' वाढू लागला. मग केसांच्या एकेका

रेघेला कलेकलेने अर्धचंद्र मिळत मिळत शेवटी एक मोठा पूर्णचंद्र तयार झाला. हे नको असताना पडलेलं टक्कल नापीक जमिनीसारखं पडून राहिलं. तेलाला, कसल्याही मसाजला, औषधांना दाद न देता हे टक्कल माझी कवचकुंडलं बनून कायम सोबत करत आहे.

टक्कल पडणं ही कुणाच्या हातातली गोष्ट नाही हे कळत असूनही हा सार्वत्रिक चेष्टेचा विषय असतो. म्हणजे एखाद्या माणसाचं वर्णन 'तो टकलू होय' असं होतच असतं; पण त्याजोडीनं विमानाची धावपट्टी, मैदान, 'उजडे चमन' अशीही काय काय कुत्सित विशेषणं ऐकावी लागतात. "एकेक काळज्या आहेत बाबा मागं!" असं म्हणून कधी मी माझ्या टकलाचं समर्थन करतो, तर कधीकधी "बायकोनं डोकं खाऊन खाऊन शेवटी असं टक्कल पडलं!" असं माझ्या टकलाचं खापर तिच्या टकलावर... सॉरी... माथ्यावर फोडतो.

कुणीकुणी मला डोक्यावर 'प्लॅन्टेशन' करून घेण्याचा अथवा 'विग' वापरण्याचा सल्ला दिला; पण मला ती कृत्रिम 'हिरवळ' फुलवून घ्यावीशी वाटली नाही आणि 'विग'चं शिप्तर डोक्यावर वागवण्याचीही मनाची तयारी झाली नाही; त्यामुळं माझ्यापुरते तरी मी हे पर्याय खोडून काढले.

परवा आवराआवरी करताना एक जुना अल्बम हाती लागला. त्यात कॉलेजमधल्या आमच्या ग्रुपचा 'अविश्वसनीय' फोटो पाहून इतकं हसायला आलं सांगतो! त्या वेळी मी केसांचा कोंबडा पाडून होतोच; पण बाकीचे मित्रही चांगल्या दाट केसांचे! कुणी लांब कल्लेवाले तर कुणी कुरळ्या केसांच्या झिरमिळ्या मानेवर रुळणारे, कुणी दाट केस उलटे फिरवून, तर कुणी खांद्यापर्यंत बटा आलेले... आता मात्र त्यातले बरेचसे 'मैदान साफ' अशा अवस्थेत आहेत!

या टकलाचे तरी किती प्रकार असावेत! कपाळापासून केसांची एकेक रेघ कमी होत होत कपाळ मोठं मोठं होत जाणं; कधी डोक्याच्या थोड्याशा भागात केसांच्या पुंजक्याची 'ओॲसिस' फुललेली असणं, बाकीच्या डोक्यानं वाळवंटाचा 'सहारा' घेतलेला असणं, कधी भांगाची पायवाट रुंद होत होत, हळूहळू त्याचा 'हायवे' तयार होणं... लहानपणी मुंजीत घेरा ठेवतात तेव्हा फक्त तेवढ्याच भागात केस असतात; पण पुढं मात्र त्या घेऱ्याच्या मापाचं टक्कल हा अगदी 'कॉमन' प्रकार सर्रास दिसतो.

टक्कल दिसू नये म्हणून कुणी कुणी भांगाची जागा बदलून, केसांचं

वळण बदलून, केस उलटेपालटे फिरवून टक्कल झाकायचा प्रयत्न करतात; पण ते थोडंच अशाला दाद देणार... ते डोकं वर काढून असतंच! एकदा का नशिबी आला की, हा चंद्र भाळी मिरवावाच लागतो आणि आभाळातल्या चंद्रासारखाच परप्रकाशित असणारा हा चंद्र सूर्यप्रकाश, चांदणं, विजेचे दिवे अशा कुठल्याही प्रकाशात उजळून चमकतानाही दिसतो.

माझ्या माहितीतल्या एकांनी हे टक्कल प्रकरण अगदी 'लाइटली'... मस्त मजेत स्वीकारलं आहे. एकजण त्यांना म्हणाला,

"काका, बरं आहे तुमचं, तुम्हाला शाम्पूचा खर्च नाही."

त्यावर हे काका खणखणीत आवाजात म्हणाले,

"शाम्पूचा खर्च नाही रे; पण साबणाचा खर्च जास्त आहे, त्याचं काय?" हेच काका कुणी औक्षण करू लागलं की सांगायचे, "कपाळावर नाम ओढायला सुरुवात कर. मी 'बास' म्हटलं की थांबायचं... नाहीतर तुला कळणार नाही गं कुठं थांबायचं ते!"

एकदा माझा भाचा माझं सांत्वन केल्यासारखं म्हणाला,

"मामा, अरे तू काही वाईट वगैरे वाटून घेत जाऊ नकोस. हल्ली फॅशनच आहे. तू सिनेमात, सिरिअलमध्ये पाहत नाहीस का, गुळगुळीत तुळतुळीत डोक्याचे व्हिलन... पर्सनॅलिटी कशी भारदस्त दिसते."

यावर काय बोलणार! मी आपला कसनुसं हसून मनातल्या मनात म्हणालो, "मोगॅम्बो खूश हुआ!"

नुकताच एक मित्र भेटला होता. त्यानं केसांचं रुपेरीपण झाकण्यासाठी कसले कसले डाय वापरले होते. त्याला त्या डायची ॲलर्जी येत होती. कधी मानेवर चट्टे, कधी कपाळावर बुक्का लावल्यासारखे डाग, कधी डोळ्यांची आग... तो काय काय तक्रारी सांगत होता. पांढऱ्याचं काळं करणं... तेसुद्धा नियमित... त्याला अतिशय कटकटीचं वाटत होतं. त्याच्या चेहऱ्यावर वैताग दिसत होता आणि केसात विविधरंगी छटा! एखादी बट काळी तर तिच्या बाजूचे केस तांबडे, काही केस चॉकलेटी तर काही पांढरे. केसांचा जाऊ लागलेला डाय इतका विचित्र आणि भयानक दिसत होता की, ती अवस्था पाहून मला वाटलं, "आपण सुटलो की या त्रासातून!"

दुःखात सुख शोधणं बहुधा यालाच म्हणत असावेत.

❖

हाऊज दॅट!

उन्हाळयातल्या त्या रणरणत्या, घामाच्या धारांनी भिजलेल्या दुपारी माझा जरा कुठं डोळा लागला असेल... नसेल, तितक्यात... माझी ती सुखद समाधी भंग करणारी, पोटात गोळा आणणारी भीषण आरोळी घुमली,

"हे ऽ हे ऽ हेह ऽ हाऊज दॅट!"

म्हटलं, झालं! आता झोपेचं खोबरं निश्चित! आणि फक्त आज... आत्ताच नव्हे तर ही 'साथ' ओसरेपर्यंत आता रोजच ही अवस्था होणार. खिडक्यांच्या काचांची शंभरी भरली असं समजून त्यांनी आता 'उलटी गिनती' करायला आणि आपण खिडकी दुरुस्त करणारा माणूस शोधायला लागावं हे बरं!

परीक्षा संपल्याचा आनंद पोटात माईना अशी अवस्था होती की टीव्हीवरच्या मोसमी क्रिकेट दर्शनाचा 'संसर्ग' झाला होता कोण जाणे; पण गल्लीतल्या क्रिकेटला जाग आली होती आणि ऊन वगैरे त्रास असतात ते फक्त आमच्यासारख्यांना; त्यामुळं बेभान होऊन रस्त्यावर क्रिकेट खेळणारे हे वीर मस्त चांदण्यात अथवा वाऱ्याच्या शीतल झुळकीत विहरावं तशाप्रकारे कडाक्याच्या उन्हातही क्रिकेट खेळण्यात दंग असतात.

आपल्याकडं दोन विषय असे आहेत की, ज्यात सगळी माणसं बोलतात. तिथं कसलाही- आर्थिक, सामाजिक, जातीय, धार्मिक असा कुठल्याही प्रकारचा- भेदाभेद नसतो. एक म्हणजे- राजकारण आणि आणि दुसरा- क्रिकेट. आणि हो, केवळ माणसंच नव्हे तर पाळीव

प्राणीही क्रिकेटवर मतप्रदर्शन आणि आनंद-दुःख असे भाव व्यक्त करतात म्हणे! आमच्या एका परिचितांचा 'जिमी' (म्हणजे त्यांचा लाडका कुत्रा) आपल्या संघातल्या कुणी षट्कार मारला की, खुशीत शेपूट हलवतो आणि कुणी पहिल्या बॉलला आउट वगैरे झालं तर टीव्हीत्याग करून सरळ बाहेर उन्हात जाऊन बसतो, असं आम्ही ऐकून आहोत. आणखी खोदून चौकशी केली नाही म्हणून, नाहीतर जिमीचं फिरकीबद्दल किंवा 'स्टान्स'बद्दल काय मत आहे तेसुद्धा कळलं असतं. असो, तर विषय काय की, क्रिकेट या विषयात सगळेजण बोलतात, तेसुद्धा अधिकारवाणीनं!

या विषयात गम्य नसणारा, त्यातलं न कळणारा (आणि मुख्य म्हणजे तसं स्पष्ट खरं सांगणारा) माणूस तसा विरळाच! पण अशी माणसं 'ऑड मॅन आउट' ठरतात एवढं मात्र खरं आणि त्यांच्याकडं तुच्छतायुक्त कणवेनं व 'परमेश्वरा त्याला माफ कर' अशा भावनेनं पाहिलं जातं.

दोन दारुड्यांना जशी आपापल्या 'छंदा'विषयी आत्मीयता आणि परस्परांविषयी प्रेम जरा जास्तच असतं असं म्हणतात ना, तसंच क्रिकेटविषयी ममत्व असणाऱ्यांचंही असतं. एरवी शून्य चेहऱ्यानं, भकास नजरेनं वावरणारी, चेहऱ्यावर ओळखीची पुसटशीसुद्धा रेघही न उमटवणारी माणसं "स्कोअर काय झालाय हो?" किंवा "कोण खेळतंय?" हा प्रश्न समोरच्याला अगदी 'कन्सर्न'नं विचारतात आणि त्यांना तसाच आत्मीय प्रतिसादही मिळतो. आता सध्या मोबाइलनं सगळ्याच बाबतींत 'अॅलर्ट' केलं असलं तरी दुकानाच्या बाहेर घोळका करून आतला टीव्ही पाहण्यात गुंगलेले क्रिकेटप्रेमी कुठल्याही गावात दिसतातच.

आत्ताची ही झोप उडवणारी आरोळी अशाच ममत्वाची नांदी होती. कुठल्याशा बोळात, नाहीतर चक्क हमरस्त्यावर अशी क्रिकेट-समाधी लागलेली असताना जाणाऱ्यांनी तिथूनच जायचा अट्टहास का बरं करावा?... दुसरे रस्ते नाहीत का? मुलं किंवा मूल बनलेली मोठी माणसं (तेच तेच... अशावेळी घोडे, धगुरडे असलेच शब्द आठवायचे तुम्हाला!) खेळताहेत म्हटल्यावर त्याच रस्त्यावरून का तडफडावं बाकीच्यांनी? तेसुद्धा दुचाकी किंवा चारचाकी घेऊन? खेळणाऱ्यांची लिंक तुटत नाही का? जरासुद्धा मनाचा मोठेपणा म्हणून नाही... तर

अशी आपल्यासारखी घराच्या चार भिंतीतली 'काडीचा स्पोर्टिव्हनेस नसलेली माणसं' प्रत्येक बॉलला छातीत ठक ऽ ठक ऽ ठक वाढवून घेत नसतात... इकडं चौकार आणि षटकारांचा पाऊस... त्यासोबत महाप्रचंड आरोळ्यांचा वर्षाव झेलत टिकीटिकी काळजी करत राहतात... बॉलनं कपाळमोक्ष होतोय की चष्मा फुटतोय... आत्ता बॉल कौलावर पडतोय की सरळ खिडकीतून आत येऊन भिंतीवरच्या घड्याळाचे बारा वाजवतोय... खिडकीच्या काचेवर तड्यांची नक्षी रेखाटतोय की कुंडीतल्या गुलाबाला नख लावतोय... गाड्यांच्या आरशांचा वेध घेतोय की टीव्हीच्या अँन्टेनावरच घाला घालतोय ठक ऽ ठक ऽ ठक... हे किंवा यासारखं काही झालं नाही तरी प्रत्येक बॉल धास्ती देतच राहतो आणि भिंतीवर नसणारे बॉलचे तडाखे सतत दचकवत राहतातच. कधीकधी बॉल शेजारून संथपणे वाहणाऱ्या गटारीत डुबकी घ्यायला जातो. मग त्या सर्वसमावेशक गटारीचं उत्खनन सुरू होतं. तीही बरेचदा 'अडून' बसलेली असल्यामुळं तिची साथ लाभते. मग तो पावन झालेला बॉल हाती लागतो, 'रंगुनि रंगात साऱ्या रंग माझा वेगळा' असं म्हणत तो रस्त्याकडेच्या मातीत लोळण घेऊन कोरडा होतो... खेळ पुन्हा सुरू होतो आणि त्यासोबत (काही काळासाठी 'नॉर्मल'वर आलेली) ठक ऽ ठक पुन्हा वाढते.

गाव, शहर, खेडं अशा कुठल्याही वातावरणात, पहाटेपासून उत्तररात्रीपर्यंत कुठल्याही वेळेला, कोणत्याही वयोगटाच्या खेळाडूंच्या कसल्याही साहित्याच्या मदतीनं क्रिकेटचा हा 'बहर' कधीही पाहायला मिळू शकतो.

आपल्याकडं टीव्ही दिसायला लागला त्या दरम्यान छोट्या पडद्यावर क्रिकेट मॅच 'याचि देही याचि डोळा' पाहायला मिळू लागली; त्यामुळं क्रिकेटवेडे धन्य धन्य झाले, कारण सगळ्यांना काही प्रत्यक्ष सामना पाहायला जाणं शक्य नसतं. तोवर रेडिओ कानाशी धरून दुधाची तहान ताकावर भागवावी लागत असे किंवा बातम्यांमधून मिळणाऱ्या माहितीवर समाधान मानावं लागत असे.

आपल्याकडं टीव्ही दिसायला लागला तेव्हा आमच्याकडं मॅच पाहायला एक ओळखीचे गृहस्थ यायचे. हे काका म्हणजे अति क्रिकेटरसिक! त्यांचं ऑफिस आमच्या घराजवळच होतं; त्यामुळं क्रिकेटचा हंगाम सुरू

झाला की, त्यांच्या सतत फेऱ्या सुरू व्हायच्या. टीव्हीवरच्या मॅचेसच्या प्रक्षेपणाचं वेळापत्रक तर त्यांना तोंडपाठ असायचंच शिवाय इतरही सगळे तपशील, आकडेवारी-विक्रम सगळे संदर्भ तयार असायचे.

समोर पडद्यावर चित्र दिसू लागलं की, इकडं यांची अखंड कॉमेंटरी सुरू व्हायची. त्यासाठी खेळ सुरू होण्याचीसुद्धा गरज नसे. 'टॉस' कोण जिंकतंय मागच्या वेळी काय झालं होतं, कोण 'मनहूस' आहे (म्हणजे ते त्यांनीच ठरवलेलं असायचं!) स्टेडियममध्ये कोण कोण दिसतंय, कॉमेंटरी बॉक्समध्ये कोण आहे, अम्पायर कोण आहेत... अशा विविध तपशिलांवर त्यांचं अखंड तोंड सुरू असे.

...हां ऽ हां .. बॅटिंग घेतलंस होय... बरं, असू देत... चला... आता मागच्या वेळेसारखं ढेपाळू नका... बरं, चला... (कुठं 'चला' कुणास ठाऊक; पण स्वतः बसल्याबसल्या त्यांचा 'चला'चा घोष सुरू असायचा.)

"....हं...३.२४ रनरेट पडतोय, म्हणजे काहीच नाही... मघाशी ओव्हरला ४.३५ होता..." किंवा

"आता १८९ बॉल आणि अमुक इतक्या धावा... म्हणजे अजून 'हातात' आहे.."

असे त्यांचे सतत हिशेब सुरू असत. त्यातसुद्धा त्यांना अमुक बॉल, अमुक धावा असा साधा-सरळ हिशेब पचत नसे. प्रत्येक ओव्हरला रनरेट काढून त्यानुसार हिशेब केल्यावरच त्यांना समाधान लाभत असे. (अमेरिकेला जाऊन आलेल्या काहींना डॉलरमधल्या किमती रुपयांत किती होतात याचा हिशेब केल्याशिवाय चैन पडत नाही, तसं)

हे प्रकरण हिशेब, आकडेवारी यावरच थांबत नसे.

"मघाशी त्या याला पाठवलं ते चुकलं रे.. ते दडपण घेतं माहितै ना, कशाला पाठवायचं त्याला?... मार, मार हाण... हात्तिच्या! लेकांनो, नुसतं सरपटी काय खेळताय, टोलवा की रे? (तर काय! निवड समितीवर हे काकाच नव्हते का!) ... ते बघ ते बघ... नुसतं प्लेडी प्लेड खेळतंय बघ..."

अशा प्रकारे मॅचपेक्षा काकाच थरारक वळणावर आलेले असत.

मधूनच काका चीत्कारत, "अरे, ती ही दिसतेय..."

मग एरवी इकडंतिकडं करणारे आम्ही मॅचला कुठली तारका आली आहे हे पाहायला टीव्हीला नाक लागेपर्यंत जवळ जायचो. गर्दीतला 'तो' (अर्थातच गॉगलवाला) ओळखीचा वाटणारा चेहरा कोण, यावर वादविवाद व्हायचे आणि 'ती' नेहमीसारखी (म्हणजे चित्रपटात दिसते तशी) दिसत नसल्यामुळं, 'ओळखा पाहू'चा खेळ होत असे, तोवर कॅमेरा 'पिच'वर येत असे. त्या विषयावर पडदा पडत असे आणि कॉमेंटरी पुन्हा सुरू होत असे...

एकूणच... घरीदारी, गल्ली-बोळांत, नाक्यावर, चौकात, शाळा-कॉलेजांत, ऑफिसात, समारंभात या विषयाला कुठलंही स्थान वर्ज्य नसतं. "रात्रभर जागरण झालंय, मॅच होती ना!" असं सांगणाऱ्याच्या चेहऱ्यावर अक्षरशः तपस्यापूर्तीचं तेज झळकत असतं. या वेडासाठी अभ्यास, परीक्षा असल्या क्षुद्र-फालतू गोष्टींकडं काणाडोळा करणारे लोक आहेत, तसंच मॅचच्या वेळापत्रकानुसार आपली कामं मागं-पुढं करणारेही आहेत.

परवाचीच गोष्ट. एका अतिमहत्त्वाच्या आणि प्रतिष्ठेचा प्रश्न बनलेल्या सामन्याच्या वेळी आमचा एक मित्र जिथं मॅच पाहत होता तिथं काही कारणानं टीव्हीवरचं प्रक्षेपण खंडित झालं. तिथून घरी यावं म्हटलं तर अंतर दूर आणि बाहेर वाऱ्या-पावसाचं थैमान. मग 'फ्रेंड इन नीड इज फ्रेंड इन्डीड'चं उदाहरण बनून दुसऱ्या एका मित्रानं त्याला तो घरी पोहोचेपर्यंत मोबाइलवरून प्रत्येक क्षणाचं वर्णन सांगितलं! धन्य ते क्रिकेटवेड आणि धन्य ती मैत्री!

पण मला एका गोष्टीचं नेहमी खूप आश्चर्य वाटतं आणि वाईटही वाटतं ते म्हणजे या सगळ्या मंडळींना आंतरराष्ट्रीय सामन्यात कुठली 'स्ट्रॅटेजी' वापरावी हे कळतं, ते या विषयाला आयुष्य वाहिलेल्या कर्णधारांना, त्यांच्या प्रशिक्षक-मार्गदर्शकांना कसं समजत नाही? आणि ज्यांना कळतं त्यांना संधी का मिळत नाही?

अमक्याला संघात घ्यायला हवं किंवा नको होतं, तमक्याला तमुक नंबरवर खेळवायला हवं होतं. "आपण पहिल्यांदा बॅटिंग घेतलं तेव्हाच मी म्हटलं... आता मॅच गेली" हे ज्यांना अचूक समजतं, ज्यांना आगाऊ अंदाज बांधता येतात, त्यांची खेळाडू म्हणून वर्णी लागू नये, निवडप्रक्रियेत त्यांच्या मताला काही म्हणजे काही किंमत असू नये, हा

केवढा दैवदुर्विलास आहे ना? कुठला बॉल कसा मारायला हवा होता, अमुक केलं असतं तर कॅच सुटला नसता, असं केलं असतं तर सिक्स 'बसली' असती अशा गोष्टी घरात बसून जे ठाम आत्मविश्वासानं सांगू शकतात, त्यांना क्रिकेटविश्वात कुठंच जमेस धरलं जाऊ नये... हे काही बरोबर नाही.

वर्षभराच्या अडखळत पावलं टाकू लागलेल्या किंवा भिंतीला धरून उभं राहता येऊ लागलेल्या नातवाला त्याची पंचाहत्तरीतली आजी म्हणते, "क्लिकेत खेलाचं हो ले लब्बादा!"

मग तो 'लब्बाद' प्लॅस्टिकची छोटी बॅट जीव खाऊन घुमवतो. आजी बोलिंगला...सगळेजण कौतुकानं निथळत टाळ्या वाजवतात. त्याच्या आई-बाबांना त्याच्यात 'भावी सचिन' दिसतो... असा या क्रिकेटचा महिमा काय वर्णावा! क्रिकेटच्या मोसमात असं नुसतं झपाटलेपण, अक्षरशः वेडेपण अनुभवायला मिळत असतं; अशा वेळी ज्यांना क्रिकेटमध्ये फारसा किंवा अजिबात रस नाही अशी मंडळी अगदी खड्यासारखी वेचून बाजूला पडतात... मघाशी म्हटलं ना, तशी अगदी 'ऑड मॅन आउट.'

एकदा आमच्या कॉलेजमध्ये क्रिकेटची मॅच होती; त्यामुळं अर्थातच सगळे तास 'ऑफ' होते. बरेचजण मॅच पाहण्यासाठी मैदानाकडेच्या झाडांखाली 'फील्डिंग' लावून होते. कुणी घरी सटकायच्या बेतात होते, तर कुणी सिनेमाला जायचा बेत आखत होते. तितक्यात एक उत्साही वर्गमैत्रीण धावत आली.

"ए ऽ कुठं चाललाय? आपल्या वर्गातला तो अमुक अमुक मॅचमध्ये आहे, त्याला 'चिअरअप' करायचं सोडून कुठं पळताय?"

प्रत्येक गोष्टीत स्वतःबरोबर इतरांनाही पडायला लावणारे प्राणी ठिकठिकाणी असतात, ही मैत्रीण त्यातलीच होती; त्यामुळं नाइलाजानं सक्तीच्या 'चिअरअप'साठी सारेजण निघाले.

मॅच सुरू झाली. आरोळ्या, टाळ्या, शिट्ट्यांचा पाऊस पडू लागला. आम्ही मैदानालगतच्या एका चिंचेच्या झाडाखाली डोळे भरून मॅच पाहत होतो. (दुपारच्या कडकडीत उन्हाच्या तीव्रतेनं डोळ्यांत पाणी जमा होत होतं.) जवळपास सगळे खेळाडू अनोळखी. त्यात आणि इतक्या अंतरावरून पाहिल्यामुळं तर पांढऱ्या कपड्यांतील आकृत्या

इकडं-तिकडं करताहेत एवढंच काय ते दिसत होतं. कोण तो वर्गातला मुलगा की कोण... काही ओळखू येत नव्हतं.

काही वेळ असाच गेला.

मग एक वर्गमैत्रीण जाडजूड पुस्तकं सावरत, आंबट चेहऱ्यानं माझ्याजवळ येऊन कुजबुजली.

"चल, जाऊ या? कंटाळा आला बाई!"

"चहा पिऊन येतो." ही सबब पचली आणि आम्ही दोघी सटकलो.

जाता जाता ती वर्गमैत्रीण म्हणाली, "अगं कंटाळा येतो गं, मला तर बाई क्रिकेटमधलं काही म्हणजे काही कळत नाही... मला फक्त एवढंच माहीत आहे, बॉल टाकतो त्याला बोलर म्हणतात... आणि बॅट धरतो त्याला बॅटर!"

मी मुकाट मान डोलवली... तितक्यात मागून जोराची आरोळी कानावर पडली.

"हाऊज दॅट...!"

ब्यूटीपार्लरमध्ये मी

"**आ**ई गं, तू केस काप ना! त्या शेजारच्या काकू बघ... कशा 'कटात' असतात." असं म्हणून माझ्या मुलीनं - चिंगीनं - मला आत्तापर्यंत अनेक वेळा भरीस घालायचा प्रयत्न केला होता. या आग्रहाच्या जोडीनं "तू मेकअप का करत नाहीस? तू थ्रेडिंग का करत नाहीस?" अशासारखी आग्रहाची इतर तुणतुणीही ती सतत वाजवत असायची. मी स्वतःला 'सुधारणं' किती आवश्यक आहे; त्यासाठी ब्यूटीपार्लरमध्ये जाणंही कसं अपरिहार्य आहे, यावर तिची उद्‌बोधक भाषणं आमच्या घरी अनेक वेळा होत असत. तिच्या असल्या असंतुष्ट कॉमेंट्‌समुळं आणि विशेषकरून शेजारच्या त्या काकूंशी - म्हणजे माझ्या दृष्टीनं शिंगं मोडून सतत वासरात शिरायचा प्रयत्न करणाऱ्या आमच्या अजस्र शेजारणीशी, माझी तुलना करून मला कमी लेखण्याच्या चिंगीच्या परधार्जिण्या वृत्तीमुळं अधूनमधून माझ्या मनाची चलबिचल व्हायची एवढं मात्र खरं! आपण फारच अजागळ आहोत, त्यात केस कापून त्याला कुठल्या आळिंबी, कॉलीफ्लॉवर असल्या भाज्यासदृश नावाच्या 'कटाचे' नामकरण नाही, आपण ब्यूटीपार्लरची पाक्षिक अथवा मासिक वारी करत नाही म्हणजे आपण शुद्ध बावळट दिसत असणार - असंही वाटून जायचं; पण तरीही मी 'स्टाइल'च्या गावाला म्हणजे पर्यायानं ब्यूटीपार्लरच्या रस्त्याला मात्र अजून पाय वळवले नव्हते.

सुट्टीत माझी भाची पिंटी माझ्याकडं राहायला आली, तेव्हापासून तर चिंगीला नुसतं स्फुरण चढलं होतं. आता चिंगी, पिंटीच्या जोडीनं - सौंदर्यसंवर्धन, ब्यूटीपार्लर वगैरे विषयांवर पुनःपुन्हा येत होती. एखाद्या विक्रेत्याने आपल्या मालाची वैशिष्ट्ये सांगावीत, तो वापरण्यातले फायदे सांगावेत, तशा थाटात चिंगी-पिंटी मला फायदे पटवून देत

होत्या. त्या दोघींच्या दृष्टीनं सगळे फायदेच फायदे होते. त्यात काही तोटा असू शकेल, असं त्यांना वाटणं शक्यच नव्हतं. शाळेत असताना 'मला पंख असते तर...' या विषयावर निबंध लिहायचा असायचा. त्याच चालीवर चिंगी-पिंटी 'मी ब्यूटीपार्लरमध्ये गेले तर...' या विषयावर प्रवचनं देत होत्या. केस कापल्यावर माझा एकदम कसा 'गेटअप' बदलेल, मी कशी स्मार्ट दिसेन, माझ्या त्वचेला 'सूट' होणारी सौंदर्यप्रसाधनं वापरून मी कशी 'फेअर' होईन, मी वयापेक्षा कशी लहान दिसू शकेन वगैरे वगैरे सांगून चिंगी-पिंटी माझं 'ब्रेन वॉशिंग' करत होत्या.

रोजच्या कामाच्या धबडग्यात, नित्याच्या धावपळीत आपल्याला ब्यूटीपार्लरमध्ये जाऊन नियमितपणे सौंदर्यप्रसाधनेला वेळ देणं जमणार नाही, हे मी ओळखून होते. कापलेल्या केसांच्या त्या ठरावीक 'कट'ची उस्तवारही आपल्या हातून होईल की नाही, याबद्दलही मी साशंकच होते. आता कसं आपलं, वेणी घालायला वेळ नसला तर पट्‌कन अंबाडा वळून रिकामं होता येत होतं. ती सोयही मला गमावायची नव्हती. या सगळ्याच्या जोडीनं आणखी एक कारण होतं जे मला चिंगी-पिंटीला उघडपणे सांगता येत नव्हतं. ते कारण म्हणजे, आमच्या एका महाकाय नातेवाईक बाईंनी काहीशा उतारवयात बॉबकट केला होता. त्या बदललेल्या 'गेटअप'मध्ये त्या इतक्या भयानक दिसत होत्या की, आपणही 'स्मार्ट' म्हणजे कसे दिसणार, याचं भीषण चित्र माझ्या डोळ्यांपुढं उभं राहत होतं. स्वतःच्या रंगाशी विसंगत दिसणारी भडक रंगरंगोटी केलेल्या त्या बाईंच्या आठवणीनं कसंसंच होत होतं.

अखेर चिंगी-पिंटीच्या अथक प्रयत्नांना फळ आलं. एका बेसावध क्षणी मी त्यांच्या आग्रहाला बळी पडले. केस कापायला म्हणून का होईना; पण त्या दोघींपुढं मी मान तुकवली.

माझा विचार बदलायच्या आत मला ब्यूटीपार्लरमध्ये नेलं पाहिजे, असा धूर्त विचार बहुधा दोघींच्याही मनात आला असावा. चिंगीनं लगेच तिच्या ओळखीतल्या एका ब्यूटीपार्लरमध्ये फोन करून 'अपॉइन्टमेन्ट' घेतली. तिघींनी दुपारी जेवण उरकलं आणि रिक्षातून ब्यूटीपार्लरकडं कूच केलं. जाताना माझ्या मनात काळजी, भीती, अविश्वास, चिंता, हुरहुर, काहीसा आनंद, कुतूहल असे वेगवेगळे भाव दाटले होते.

एका दिमाखदार बिल्डिंगमधल्या एका प्रशस्त फ्लॅटचा देखणा

दरवाजा उघडून आम्ही आत शिरलो. चिंगीनं आम्ही 'अपॉइन्टमेन्ट' घेतली असल्याची कल्पना दिली. आम्हाला थोडा वेळ बसावं लागेल असं सांगण्यात आलं. चिंगी-पिंटी अगदी सराईतपणे वावरत होत्या. मी मात्र त्या सुगंधी, आधुनिक, अनोळखी वातावरणात चांगलीच अवघडल्यासारखी झाले होते. मी सभोवतालचं निरीक्षण करत होते. 'अजि म्या ब्रह्म पाहिले' अशीच माझी अवस्था होती. कधीतरी सणावाराला किंवा विशेष ठिकाणी बाहेर जाताना हातावर पावडर घेऊन ती हातानं चेहऱ्याला चोळून लावायची, त्यातली बरीचशी हाताला लागूनच जायची, वर आणि चारजणींकडून, "जास्त नाही ना लागली?" म्हणून विचारून विचारून खात्री करून घ्यायची. "ठीक आहे, जास्त नाही लागली." असा सार्वत्रिक 'रिमार्क' आला, तरी एकदा शेवटचा, रुमालानं हात फिरवून घ्यायचाच. कपाळावर इंजेक्शनच्या बाटलीएवढ्या बाटलीतनं मिळणारं कुंकू लावून किंवा मेण लावून त्यावर कोरड्या लाल कुंकवाची अंगठा आणि पहिलं बोट याच्या साहाय्यानं केलेली टिकली चिकटवायची. डोक्याला चपचपीत तेल लावून मधोमध भांग पाडून अगदी घोटून घोटून वळण घेऊन केसाचं 'चक्कर' घालायचं. लहान मुलींच्या दोन वेण्या घालून त्या कानावर - रिबिन लावून करकचून बांधायच्या - ही आमची आई-आजीकडून मिळालेली सौंदर्यविषयक 'बॅकग्राउन्ड!' आमची मजल थोडी त्याच्यापुढं म्हणजे स्नो लावण्यापर्यंत गेलेली अन् डोक्याला लावायच्या तेलांचं प्रमाण थोडं कमी एवढीच! त्यामुळं सभोवती जे दिसत होतं ते माझ्या दृष्टीनं सारंच नवीन होतं.

अनेक प्रकारची उपकरणं, वेगवेगळी सामग्री, मेकअप साहित्यातला आत्तापर्यंत फक्त जाहिरातीतूनच पाहिलेल्या रंगछटा... सारं काही नवं होतं. तिथं असलेल्या असंख्य बायकांचा तर वेगवेगळा 'अंदाज' होता. कुणी केसाच्या गुंडाळ्या डोक्यावर अडकवून बसल्या होत्या, कुणी डोक्यावर मेंदीचं सारवण केलं होतं, कुणीकुणी पोहायची टोपी असते तसल्या टोपीत डोकं अडकवलं होतं, कुणाच्या चेहऱ्याची सजावट सुरू होती, तर कुणाचं आणखी काहीतरी! आमच्या लहानपणी दारावर सोंगं यायची. निळा, पिवळा, पांढरा अशा कुठल्यातरी रंगात चेहरा रंगवून ती माणसं कुठलंतरी पौराणिक दृश्य सादर करायची, नाहीतर हार्मोनिअमवर भजनं म्हणायची. त्यांच्या रंगरंगोटीची आठवण व्हावी अशासारखा

चेहऱ्यावर लेप लावून काही पुरंध्री डोळ्यांवर कापसाच्या घड्या ठेवून पहुडल्या होत्या. केस उपटल्याच्या वेदनेनं डोळे पाण्यानं डबडबून आले तरी ते पुसूनपुसून कुणी भुवया रेखून घेत होत्या, केसांच्या 'कट'चे तर असंख्य प्रकार फटाफट सुरू होते. ते सगळं पाहिल्यावर समोरच्या वहिनी अधूनमधूनच कशा उजळतात, वगैरे वगैरे गोष्टींची उत्तरं मला मिळाली होती.

एकदाची 'वो घडी' आ गयी, माझा नंबर आला. ब्यूटीपार्लरवालीकडच्या तिच्या एका मदतनीस मुलीच्या ताब्यात मला सोपवण्यात आलं. "काय करायचंय?" तिनं तिच्या ओठांची लिपस्टिक खराब होणार नाही अशा बेतानं उच्चार करत विचारलं. मी बावळटासारखं चिंगीकडं पाहिलं. चिंगीनं माझ्या दृष्टीनं अगम्य शब्दांत तिला माझे केस कापण्याबद्दल सूचना दिली. मी आपलं, थोडेच कापा जास्त नको वगैरे पुटपुटले; पण चिंगी आणि पिंटीनं माझा केसाने गळा कापायचंच ठरवलं होतं. त्यांनी तिला चांगली बिनधाऽऽस कात्री चालवायला परवानगी दिली.

मग ब्यूटीपार्लरमधल्या त्या मदतनीस बाईनं मुरकत, मुरकत मोरासारखी मान हलवत हलवत केस कापायची सगळी आयुधं एकत्र केली, मग एकवार माझ्या केसांकडं नजर टाकली. मेलेला उंदीर चिमट्यात पकडून त्याच्याकडं घृणेनं बघावं तसं कंगव्याच्या एका टोकावर माझ्या केसांची एक बट पकडून तिच्याकडं तिरस्कारानं बघत आपला निर्णय जाहीर केला. "चिक्कट आहेत. वॉश करायला पाहिजे." मी थोडी खजीलही झाले आणि तिच्या चेहऱ्यावरचे भाव बघून रागही आला. तेवढ्यात क्षणाचाही उशीर न करता चिंगीनं माझे केस 'वॉश' करायची परवानगी दिली. मग मला दुसऱ्या 'चेअर'मध्ये बसवून बेसिनमध्ये माझं डोकं मागं झुकवून केस धुवून, कोरडे करून झाले. अखेर एकदा केस कापणं, ते सेट करणं वगैरे सोपस्कार पूर्ण होऊन एकदाचा माझा 'हेअरकट' फायनल स्वरूपात आला. मला दुसऱ्या आरशाच्या मदतीनं एकाच वेळी माझी छबी समोरून - पाठमोरी दाखवण्यात आली. वाऽऽ किती छान दिसत होते! मी स्वतःवरच खूश झाले. पूर्ण उजेड असलेल्या मोठमोठ्या आरशात स्वतःला इतकं नीट निरखून मी पहिल्यांदाच पाहत होते. एखाद्या झगमगाटी हॉटेलमध्ये किंवा चकचकाटी दुकानात लावलेल्या दाराएवढ्या आरशात कधीतरी येता-जाता एक नजर टाकलेली! त्यावरून,

आपण समजतो त्यापेक्षा बरेच जाड आहोत, एवढा एकच निष्कर्ष मला कायम समजायचा; पण इथं मात्र रेशमी केसांचा सुंदर कट पाहून मी हरखले होते.

चिंगी 'गेटअप' बदलेल वगैरे म्हणत होती ते खरंच होतं तर! मानेच्या एका हेलकाव्यासरशी केसांचा झुबकाच्या झुबका अलगदपणे इकडून तिकडं झुलत होता. केसांची लांबी जरा जास्तच कमी झालीय, अशी मनाला जरा रुखरुख लागून राहिली होती; पण एकूण मी माझ्या नव्या रूपावर खूश होते. पायाशी कापून पडलेल्या माझ्या अनेक वर्षांच्या सोबती असलेल्या केसांवर एक नजर टाकून मी तिथून उठले.

माझ्या 'पर्सनॅलिटीला' 'ग्रेस' आणि 'चार्म' येण्याच्या दृष्टीनं काय काय करावं लागेल, याची चिंगीनं त्या 'मोराच्या मानेशी' सल्लामसलत केली. माझ्या चेहऱ्याच्या डागडुजीच्या दृष्टीनं ती सोंगांसारखी लेपनं वगैरे होऊन भरपूर वेळ आणि पैसे घालवून आम्ही तिथून बाहेर पडलो. माझ्या नव्या 'लुक'चं सेलिब्रेशन म्हणून चिंगी-पिंटीनं माझ्याकडून आइस्क्रीम उकळलं ते वेगळंच!

आपण आता 'स्मार्ट' दिसत असणार या कल्पनेनंच माझ्यात स्मार्टनेस आला होता. घरी पोहोचल्यानंतर मी आरशापुढं काही काळ घालवला. मला सल्ला द्यायला आणि नको तितकी मदत करायला चिंगी-पिंटी सज्ज होत्याच! मग मी स्वतःचं मनासारखं आवरून, जरा चांगल्यापैकी साडी नेसली. मला उगीचंच केस गळ्यात घेऊन, हसतमुखानं इकडंतिकडं करणाऱ्या जाहिरातीतल्या सर्व कृत्यदक्ष बायकांसारखं वाटायला लागलं.

पुढे माझ्या अपेक्षेप्रमाणेच - जवळपासच्या बायकांत, आमच्या मंडळात चर्चेला एक विषय मिळाला. माझ्या तोंडावर जरी "छाऽनच दिसताय!" झालं तरी माघारी मी शिंगं मोडून वासरात शिरलेली गाय झाले. खुद्द आमच्या घरात चिंगी अगदी खूश होती; पण चिरंजीवांना गंमत वाटत होती. विशेषकरून 'ह्यां'ची प्रतिक्रिया पहिल्यांदा काय होतेय याचं मला खूप कुतूहल होतं; पण संध्याकाळी बाहेरून आल्यावर त्यांच्या काही लक्षात आलंय असंच वाटत नव्हतं. शेवटी चिंगी त्यांना म्हणाली, "बाबा, आई बघितलीत का?"

"काय?" ह्यांनी पेपरमधून डोकं वर न काढता विचारलं.

"बाबा, बघा तरी!" चिंगी पुन्हा म्हणाली.

"छान, छान!" माझ्याकडं ओझरता दृष्टिक्षेप टाकून 'ह्यां'ची स्थितप्रज्ञ प्रतिक्रिया!

पण मी काही ते मनावर घेणार नव्हते. नाहीतरी कधी मेलं मोकळेपणानं चांगलं म्हणवतंय?

काही दिवस असे 'स्टाइल'मध्ये गेले. पुढे मग मुलांच्या परीक्षा, त्यांचे अभ्यास, सणवार, पाहुणे, मोलकरणीचे खाडे अशी नेहमीची धावपळ! हळूहळू केस वाढत होते. घरात आरशापुढं छान; पण बाहेर गेलं की वाऱ्यानं नुसतं भूत होत होतं. अर्ध्यामुर्ध्या लांबीच्या बटा कपाळावर, मानेवर मुक्त संचार करत होत्या. अर्धवट लांबीचे केस रबरबँडपर्यंत पोहोचत नव्हते. केस कपाळावर, मानेवर, रुळून नको जीव झालं होतं. सुरुवातीला उत्साहात 'फेसपॅक' नियमित लावला जात होता; पण तो लावला की नेमकं कुणीतरी घरी यायचं! दार उघडायला तसंच तोंड न धुता जावं तर समोरचा घाबरून पळूनच जायचा! तोंड धुवून दार उघडेपर्यंत धांदलीनं पुरेवाट व्हायची; त्यामुळं पॅकला योग्य वेळ न सापडल्यानं पॅकची डबीही कपाटावर अडगळीत जमा झाली होती.

एका उन्हाळी, घामट दुपारी जीव अगदीच वैतागून गेला होता. संध्याकाळी थंडगार पाण्याचे हबके मारून तोंड धुतलं. पुसटसा तेलाचा हात लावून केस विंचरले. पिनांच्या मदतीनं जमतील तेवढ्या केसांना एकत्र अडकवलं. केसांचे दोन पेड वळले. कानामागं बागेतल्या गुलाबाचं पिवळं, टप्पोरं फूल घातलं. माझं मलाच बरं वाटलं. ताजंतवानं वाटलं. सहज एक विचार मनात तरळला - व्यवस्थित निगा राखलेल्या बागेतली योग्य काटछाट केलेली झाडे-झुडपेही सुंदर दिसतात आणि नैसर्गिकच वाढ असलेली मुक्त फुललेली कुरणं, जंगलंही सुंदर दिसतात. प्रत्येकाचं आपापलं सौंदर्य अनुपमच असतं. फक्त, कुणाला कुठलं आवडेल, तर कुणाला कुठलं! माणसाच्या साजशृंगाराचंही तसंच नाही का?

संध्याकाळी घरी आल्यावर 'ह्यां'ना चहा दिला. पेपर बाजूला ठेवून अचानक हे म्हणाले, "वाऽ हे छान दिसतंय!" माझा कानांवर विश्वासच बसेना. आता माझ्यात आलेला 'स्मार्टनेस' अनोखा होता. आता मी अशा शंभर चिंट्या-पिंट्या मागं लागल्या तरी बधणार नव्हते!

❖

सही रे सही!

आपल्या सर्वांच्याच लेखी अस्तित्वाचा पुरावा असणारी आपली 'सही'ही आपल्या आयुष्यातली किती महत्त्वाची गोष्ट असते ना! आपल्या साक्षरतेचा पुरावाच असतो तो. नाहीतर मग 'निशाणी डावा अंगठा' याला पर्यायच नाही. परावलंबी, दुबळ्या अंगठेबहाद्दरपणाच्या पार्श्वभूमीवर तर सहीचा डौल आणि झोक फारच महत्त्वाचा आणि मोठा असतो.

आपला होकार, आपला नकार, आपलं अस्तित्व, आपले कारभार... अशा कितीतरी ठिकाणी आपलं प्रतिनिधित्व करणं हे सहीचं काम असतं. आपल्या जवळच्या, आवडत्या, मान्यवर, आपण ज्यांना आदर्श मानतो - अशा आपापल्या क्षेत्रात उत्तुंग झेप घेतलेल्या व्यक्ती... अशा कुणाकुणाच्या सह्या आपल्या आठवणीत 'स्मारकं' बनून, मनाच्या खास कप्प्यात स्थान मिळवून, आपल्या वैयक्तिक संग्रहात जपून असतात. आजोबांचं त्यांच्या आयुष्याच्या शेवटच्या काळातलं थरथरत्या हातांनी लिहिलेलं, कापऱ्या अक्षरांतलं पत्र तर अशा खजिन्यातलं मौल्यवान रत्न असतं. त्यांच्याकडून पत्रातून मिळालेली शाबासकी किंवा वाढदिवसाच्या शुभेच्छा आपल्यासाठी आयुष्यभराचा ठेवा असतात. या झाल्या आपल्या वैयक्तिक आठवणी; पण बाहेरच्या जगातही प्रत्येक अर्ज, फॉर्म... अशा प्रत्येक ठिकाणी सही ही लागतेच लागते. एवढंच काय तर अंगठेबहाद्दर व्यक्तीच्या अंगठ्याच्या जांभळ्या शिक्क्याला कुणाच्यातरी सहीचा साक्ष देणारा 'पाठिंबा' आवश्यक असतोच, अशी ही सही!

माणसाच्या अक्षरांवरून, त्याच्या सहीवरून त्या माणसाचा स्वभाव,

त्याचं भविष्य सांगणारे लोक असतात. म्हणजे त्या त्या व्यक्तीच्या अक्षरांत त्या त्या व्यक्तिमत्त्वाचे रंग नक्कीच प्रकट होत असले पाहिजेत. आपल्याकडं एक म्हण आहे - 'व्यक्ती तितक्या प्रकृती!' तसं 'व्यक्ती तितक्या सह्या' असं म्हणायलासुद्धा काही हरकत नाही.

आपण 'सही'एवढ्या अक्षरसमूहाचा विचार केला, तर माणसांसारखेच त्यांचेही अनेक 'नमुने' असतात असं लक्षात येईल. म्हणजे बघा हं! - पूर्ण नाव लिहिलेली म्हणजे नाव, मधलं नाव आणि आडनाव अशी तीन टप्प्यांची सही, फक्त नावातल्या आद्याक्षरांची सही, आडनाव पूर्ण आणि नावांची आद्याक्षरं अशी सही, आडनाव आधी-नाव नंतर किंवा नाव आधी आडनाव नंतर अशा प्रकारची सही, विशिष्ट लिपीतली सही, आडनावाच्या मागे अथवा पुढे इंग्रजी आद्याक्षरं असलेली सही म्हणजे उदाहरणार्थ के. एस. काळे, तर कधी तीच आद्याक्षरं मराठीत - म्हणजे के. स. काळे... अशा प्रकारे सह्यांचं ढोबळ वर्गीकरण करता येईल.

याखेरीज सह्यांचे आणखीही काही नमुने असतात. आत्मविश्वास, पूर्ण डौलाच्या 'कॅटवॉक'सारख्या दिमाखदार सह्या असतात. तशाच वाटेत चपलेचा अंगठा तुटल्यामुळं कशीबशी वेळ मारून नेत पाय फरफटत चालावं तशा अजागळ, बावचळल्यासारख्या दिसणाऱ्या सह्याही दिसतात. कुर्रेबाज, तलवारीच्या पात्यासारख्या भासणाऱ्या लखलखीत सह्या असतात तशाच वरच्या रेघेपासून अक्षरं लटकणाऱ्या, हताश, उदास भासणाऱ्या दुर्मुख सह्याही असतात. काही सह्या झाडूचे फटकारे मारल्यासारख्या दिसतात, तर काही सह्या लहान मुलानं हातात पेन मिळताच सर्वत्र मनस्वी 'नक्षी'काम करून ठेवावं तशा गिरगोट्यांच्या असतात. काही सह्या कशा सरळमार्गी, अगदी साध्या-सरळ असतात. सहीकर्त्याची लिहिण्याची आणि सहीची पद्धत एकच असते. त्यात फराटे, नक्षी, कुर्रेबाज वेलांट्या वगैरे काहीही नसतं. या सह्या सहज वाचता येतात. काही सह्या मात्र त्यातील अक्षरं ओळखता आली तर शपथ अशा असतात. काही सह्या 'शब्दांपलीकडल्या' असतात... एकदम सांकेतिक! काही सह्या 'मॉडर्न आर्ट'मध्ये मोडणाऱ्या असतात.

काही सह्या नावातले अधलेमधले शब्द खाऊन, मधूनमधून अक्षरं पेनानं कागदाला टेकवल्यासारख्या असतात, तर काही सह्या 'मी

कोणत्या भाषेत आहे ओळखा पाहू?' असं कोडं घालतच अवतरतात. काही सह्या चित्रात गवत काढावं तशा दिसतात... तुरे आल्यासारख्या, तर काही सह्या वेलांट्यांचे लयबद्ध मुकुट धारण करून, उकारांची नक्षीदार महिरप लेऊन कलात्मक अलंकारांनी सजलेल्या असतात. काही सह्या माणसासारख्याच 'तुटक' असतात, तर काही सह्या अक्षरं गळ्यात गळे घालून पहुडलेली अशा घोळामेळाच्या असतात. काही सह्या उंच, ताठ, करारी, धीरगंभीर अशा वाटणाऱ्या, तर काही सह्या चिरक्या, तिरक्या, वाकलेल्या, पोक आलेल्या असतात.

काहींची सही अगदीच इवलीशी असते... शुरू होते ही खत्म हो जाती है। अशा प्रकारची, तर काहींची सही वळलेल्या शेवया ताटात पडत राहव्यात तशी लांबलचक आणि गुंतागुंतीची... शुरू हो जाती है, तो खत्म होने का नाम ही नहीं लेती। - अशी. काहींची सही कशी त्यांच्या अक्षरासारखीच देखणी असते, गोल गोल टपोऱ्या अक्षरांची, वळणदार... अगदी सुरेख! पण काहींची सही मात्र झुरळानं शाईच्या दौतीत बुडी मारून बाहेर यावं आणि तसंच तुरुतुरु चालत जावं... त्या 'पाऊलखुणां'सारखी दिसते.

कुणी नाव संपताच सही संपवतं, तर कुणी त्यासोबत कुर्रेबाज फराटे आणि टिंबांची जोड देतं. कुणी सहीला सुरुवातच इमले रचल्यासारखी भारदस्त केलेली असते. काहींच्या सह्या गिरवल्यासारख्या असतात; त्यामुळं त्या ठिगळं लावल्यासारख्या दिसतात. बरेचजण मातृभाषेचा अभिमान बाळगत आपापल्या मातृभाषेत सही करतात. पूर्वी मोडी लिपीतल्या सह्या प्रचारात असायच्या. आता नव्या पिढीच्या दृष्टीनं मोडी लिपीच मोडीत! त्यामुळं कुठंतरी अपवादानंच मोडी सही दिसत असेल. एकूण पाहिलं तर सहीसाठी इंग्रजीचा वापरच जास्त दिसतो.

असा हा जाता-येता करावा लागणारा, महत्त्वाचा आणि तितकाच गरजेचाही प्रकार! बँकेत आपली नमुन्याची सही सहीसही करावी लागते, नाहीतर संशयिताच्या पिंजऱ्यात उभं राहिल्यासारखी अवस्था होते. सही करणारे आपणच, सही आपलीच; पण स्वतःचीच साक्ष पटवण्याची वेळ येते तेव्हा मात्र ही सही चांगलंच बिचकवते ना?

सहीचे प्रकार जसे वेगवेगळे दिसतात, तसं सही करण्याच्या पद्धतीही वेगवेगळ्या दिसतात. नोकरी-व्यवसाय सांभाळणाऱ्या माणसांचा दिवसभरात

कितीतरी वेळा या 'सही' प्रकरणाशी संबंध येत असतो... कधी संपूर्ण सही ठोकावी लागते. तर कधी 'कावळा' काढून काम भागवता येतं; पण 'सही'ला पर्याय मात्र नसतो. हां, आता अत्याधुनिक तंत्रज्ञानाच्या आगमन आणि अंगीकाराबरोबरच 'धिस इज कॉम्प्युटर जनरेटेड लेटर' म्हणून त्यावर 'ऑथराइज्ड सही' नसली तरी ते वैध आहे अशा आशयाच्या सूचना असलेली पत्रं पाहायला मिळू लागली आहेत; पण तरीही सहीचं महत्त्व अबाधित आहेच. निळ्या किंवा काळ्या शाईतली सामान्य सही असो की लाल अथवा हिरव्या शाईतली 'खास' अधिकारसंपन्न सही असो, आपल्या आयुष्यात सहीचं महत्त्व ठायीठायी असतं. त्यात सहीला 'अर्थ'पूर्ण वजन असेल, तर मग बोलायलाच नको, नाही का?

एकीकडं फोनवर किंवा समोरच्या माणसाशी बोलता बोलता, समोरच्या कागदांवर झर्रकन नजर फिरवून फटाफट सह्या करत फायलींचे ढीग उरकणारे तत्पर अधिकारी दिसतात, त्याचप्रमाणे पेनाशी कधीतरीच संबंध येणारी एखादी आजी बँकेच्या किंवा पेन्शनबिन्शन अशा व्यवहारांसाठी थरथरत्या, कापऱ्या अक्षरांनी, चाचपडत सही करताना दिसते. सही हे काहींच्या 'कमाई'चं साधन बनताना दिसतं. तसंच अनेक 'मसले' साहेबांच्या सहीविना खोळंबून अनेकजण लटकलेत असंही चित्र दिसतं.

आपले घरचे किंवा नेहमीचे आणि ठेवणीतले कपडे वेगवेगळे असतात ना, तसं काहींची महत्त्वाच्या ठिकाणी वापरायची आणि एरवीची सही वेगवेगळी असते.

काहीजण सोसायटीच्या मीटिंगच्या नोटिशीवर किंवा एखाद्या साबणा-शाम्पूच्या सर्व्हेसाठी आलेल्या माणसानं दिलेल्या कागदावर सही करतानासुद्धा चारचार वेळा इकडंतिकडं बघून, समोरच्या माणसाकडं शंकेनं पाहून, याआधी कुणी कुणी सह्या केल्या आहेत त्यावर नजर फिरवून, दहा दहा वेळा विचार करून, कागदावर पेन टेकवू की नको, टेकवू की नको असं करत शेवटी काहीतरी अनाकलनीय कुचकुंद्री सही करतात!

कधीकधी मदतीला तत्पर, कर्तव्यदक्ष सहीकर्ते भेटतात तर कधी आपल्या सहीमुळं, त्यावर अवलंबून असलेल्या एखाद्या पामराचा मुक्तीचा मार्ग खुला होणार आहे असा भावही कधीकधी सहीकर्त्या हाताच्या चेहऱ्यावर दिसतो.

काहीजण फावड्यानं माती ओढावी तशी कर्रकन सही करणारे असतात, तर काहीजण 'तुला उठायचं तर ऊठ बापडा, मी काही मदत करणार नाही' असं पेनाला सांगत असल्यासारखे सही करताना दिसतात; त्यामुळं अशा लोकांच्या बाबतीत, त्यांच्या हातातल्या पेनाच्या प्रकारावर त्यांच्या सहीचं अस्तित्व - म्हणजे सही ठळक होणार, पुसट होणार, तुटक होणार की कशी ते ठरतं. काहीजण कागदावर पेन टेकवण्याआधी दहादा 'स्टार्ट' घेतात आणि मग सही करतात. काहीजण पेन हातातल्या हातात जागीच दोन मिनिटं नाचवतात, मग कागदावर सही उमटवतात.

असा हा वजनदार आणि भारदस्त प्रकार! शाळेत असताना प्रगतिपुस्तकावर बाबांची सही घेणं या प्रकारापासून सहीचं महत्त्व कळायला सुरुवात होते, ते पुढं आयुष्यभर सर्व टप्प्यांवर सही तिचं महत्त्व... नव्हे अपरिहार्यता दाखवून देते. अशी ही रुबाबाचं वलय लाभलेली सही... सही है ना?

❖

वाढता वाढता वाढे...!

परवा एका घरगुती समारंभाच्या निमित्तानं गेट टुगेदरचा योग आला. खूप वर्षांनी बऱ्याच नातेवाइकांची आणि मित्रमंडळींची भेट झाली. शाळा-कॉलेजमध्ये असताना, सुट्टीत ज्यांच्याबरोबर धमाल केली होती, अशी सगळी आत्ते-मामे-चुलत-मावस भावंडं कितीतरी दिवसांनी भेटत होती! या गेट टुगेदरमध्ये, काळाच्या पडद्याआड गेलेल्या बुजुर्गांच्या आठवणी निघाल्या. एके काळी चांगले तरतरीत-उत्साही असलेले काका किंवा बडबड बडबड करत असणारी मावशी आता 'दंताजीचे उठले ठाणे' अशा अवस्थेत, सुरकुत्यांची जाळी पडलेली दिसली. कधीकाळी घर-गाडी-मुलांच्या ॲडमिशन - काश्मीर सहल अशा विषयांवर रंगून बोलणारे बरेचजण आता डायबेटीस, ब्लडप्रेशर, संधिवात अशा सक्तीच्या सोबत्यांबद्दल आणि गुडघेदुखी, आयुर्वेदिक - होमिओपॅथिक औषधांबद्दल, तर कुणी निसर्गोपचाराच्या महत्त्वाबद्दल बोलत होते. परिवर्तन हा सृष्टीचा नियम आहे हे वचन कुठंकुठं बरेचदा ऐकलं होतं, वाचलं होतं; पण या निमित्तानं ते समोर पाहायला मिळत होतं.

माणसं बदलली आहेत. परिस्थिती बदलली आहे. वातावरण बदललं आहे, माणसांच्या प्रतिक्रियाही बदलल्या आहेत... माझं मन चिंतनमग्न होऊ लागलं होतं. तितक्यात "अग्गं... ओळखलंच नाही मी!" असा चीत्कार कानावर पडला. मी एकदम दचकलेच! हा कुणाबद्दलचा उद्गार असावा... म्हणजे एखादं दुर्मिळ श्वापद पाहिल्यासारखा चेहरा करून, समोरच्यानं हा नेम कुठल्या, 'सावजा'वर धरला आहे ते पाहावं म्हणून मी आवाजाच्या दिशेनं पाहिलं. कारण 'सावज' कोण असेल याबद्दलचा

अंदाज बांधणं फार कठीण होतं. आम्हा मध्यमवयीन (नववृद्ध म्हणायलाही हरकत नाही) स्त्री-पुरुषांच्या बाबतीत 'वजनदार' परिवर्तन घडलेलं असल्यामुळं अशी बरीच 'सावजं' तिथं हजर होती; त्यामुळं 'लक्ष्य' कुणीही असू शकणार होतं.

या वेळचं लक्ष्य होतं आमची आत्तेबहीण. ती लग्नात होती तेव्हापेक्षा किमान दुप्पट आकाराची झाली होती. हे ऐकताच ती ताई बिचारी कसनुसं हसली. अगदी अपराधीपणे ओशाळी झाली. लठ्ठ माणसांना असे आडून वार नेहमीच सोसावे लागतात.

मग आमची मामी तिच्या मदतीला धावून गेली.

"खात्यापित्या, सुखवस्तू घरातील माणसं अशीच असतात... खाऊन खग्रास नसतात." तिनं टोला लावला.

हा परतीचा अहेर घेऊन ती 'धनुर्धारी' व्यक्ती गप्प झाली. तिनं तो विषय हसण्यावारी नेत तिथंच थांबवला; पण ताईच्या चेहऱ्यावर उमटलेल्या नाराजीच्या रेषा मात्र तशाच राहिल्या.

सगळ्या लठ्ठ माणसांची ही व्यथा असतेच. चेष्टेच्या आणि सहज गमतीच्या आविर्भावात मारलेले बाण, टोमणे त्यांना हसत हसत आणि मनाचा मोठेपणा दाखवत सोसावेच लागतात! देहासारखंच मनही 'मोठं' नको का?... काहीही असलं तरी, देहाच्या जागेतून हे लठ्ठपणाचं कूळ काही मनात आणलं की निघत नाही हेच खरं!

माणसाला एक त्याचा पगार सोडला तर लठ्ठ हे विशेषण आवडत असेल असं वाटत नाही आणि तसं म्हटलेलं तर त्याहूनही आवडणारं नसतं. 'लठ्ठ असणं' ही गोष्ट कुणाच्याच हिताची नसते हे मान्य... अगदी खरं; पण 'लठ्ठ नसणं' ही हातातली गोष्ट थोडीच असते!

पण लठ्ठ नसणं हे 'खायचं काम आहे का?' असं मात्र विचारता येणार नाही; कारण खूपदा, म्हणजे बऱ्याचजणांच्या बाबतीत ती खाण्याचीच करामत असते.

मनुष्यप्राण्याच्या मागं एकूणच जे व्याप-ताप, व्यवधानं-अवधानं सांभाळण्याचं शुक्लकाष्ठ असतं, त्यामध्ये लठ्ठपणा हा न बोलावता आलेला, आगंतुक चिवट पाहुणा असतो. बरं, याला पाहुणा तरी कसं म्हणावं? कारण एकदा हा आला आणि देहाच्या घरात शिरून ऐसपैस पसरला की, मग तो जायचं नाव म्हणून घेत नाही. भाडेकरू म्हणून

घरात शिरायचं आणि नंतर कूळ म्हणून ठाण मांडून बसायचं, नव्हे घरच गिळंकृत करायचं... असा हा प्रकार असतो आणि याचा टगेपणा तरी बघा!... अगदी हळूच, पाय न वाजवता प्रवेश करायचा आणि मग हळूहळू मूळ माणसाचा चेहरामोहराच आमूलाग्र बदलून, आपलं प्रस्थ आणि पर्यायानं मूळ माणसाचं दैहिक क्षेत्रफळ विस्तारणं हे याचं काम!

काहीजणांच्या बाबतीत अगदी जन्मापासून ते या जगाचा निरोप घेईपर्यंत लठ्ठपणा सावलीसारखी सोबत करतो. (त्याच्यामुळं जगाचा निरोप घेण्याची वेळ अलीकडं येण्याचा धोका असतो तो वेगळाच!) अगदी बाळ असतानाच्या काळातलं गबदुल-गोबरं गोजिरवाणं आणि बाळसेदार बाळ सगळ्यांनाच आवडत असतं; पण त्यानंतर मात्र कोणत्याही वयोगटासाठी लठ्ठपणा हा चेष्टेचाच विषय असतो. ढब्ब्या, ढोल्या, लडदू, सोट्या, बॅरेल, ढोबळ्या, जाड्या असले शब्द स्त्रीलिंगी व पुल्लिंगी रूपं घेऊन सदैव तयारच असतात.

शाळा-कॉलेजचं वय संपतं. मग नोकरी-व्यवसायाची घडी बसते. धावपळीचे-ताणाचे दिवस संपून थोडं स्थैर्य येतं. लग्नानंतर नव्या आयुष्याला सुरुवात होते. त्यानंतरच्या काळात थोडंसं स्वस्थ, सैलावलेलं, रिलॅक्स असतानाच हे लठ्ठ महाशय दबक्या पावलांनी प्रवेश करू लागतात. याचदरम्यान त्यांचं अस्तित्व गालांवर, हनुवटीखाली हळूहळू दिसायला सुरुवात होते. हा अनाहूत इतका चतुर असतो की, माणूस खुशीत काहीसा सुखासीन आणि बेफिकीर असतानाच हा आपलं बस्तान बसवतो, नव्हे ऐसपैस पसरतो. लग्नानंतरच्या नव्या नवलाईच्या भरात बायको उत्साहानं काय काय पाकसिद्धी करून नवऱ्याला खाऊ घालत असतेच. त्यातच हे महाशय गाल, हनुवटी या प्रदेशांबरोबरच पोटाचा विस्तार करण्याचं काम हाती घेतात. बायकांच्या बाबतीत तर बाळंतपण हे या महाशयांच्या आगमनाचं, ठिय्याचं आणि मग कायमच्या मुक्कामाचं मोठं निमित्तच ठरतं. मग आधी चवळीची शेंग असणाऱ्या मुलीचं कोबीच्या गरगरीत गड्ड्यात कधी रूपांतर होतं, ते तिचं तिलाही कळत नाही.

अशाप्रकारे लठ्ठपणा हातपाय पसरत आपली व्याप्ती आणि कार्यक्षेत्र वाढवत राहतो. त्यातही पोट आणि कंबर ही स्थानं त्याच्या विशेष आवडीची असतात. तिथं त्याच्या कामाचा उरक आणि झपाटा विलक्षण असतो. सपाट भूप्रदेशांचे डोंगर आणि टेकड्या बनवण्याचं कसब

त्याच्या ठायी असतं.

पॅन्टच्या पट्ट्याची हद्द जुमानायची नाही, त्यावरून पोट खाली ओघळलं पाहिजे आणि त्या ओझ्यानं पॅन्टचा पट्टाच गुदमरला पाहिजे, कपडे शिवताना टेलरची कसोटी लागली पाहिजे, तयार कपडे विकत घेण्याचा विचार स्वप्नातसुद्धा करणं शक्य होता कामा नये, शर्टच्या बटणांनी ताणग्रस्त होऊन आचके दिले पाहिजेत, प्रसंगी त्यांचा कडेलोट झाला पाहिजे, खाली वाकून बूट बांधताना घाम फुटला पाहिजे, पायाच्या बोटांची नखं काढताना, शरीराला अनेक वेड्यावाकड्या अवस्थांतून पार होणं भाग पडलं पाहिजे, एकूण घेराला पाचवारी साडी पुरता कामा नये... म्हणजे साडी अख्ख्या देहाला प्रदक्षिणा घालून शिवाय निऱ्या होण्याइतकी उरली पाहिजे, कारण साडी काही टॉवेल गुंडाळल्यासारखी नेसत नाहीत ना! तुमच्याकडं पाहून टेलरला ब्लाउझ पीस नामक कापडाचा तुकडा रुमालासारखा भासला पाहिजे; त्यामुळं ब्लाउझसाठी कापडाच्या ताग्यांमधून मीटरच्या पटीत कापड घेणं गरजेचं झालं पाहिजे, बांगड्यांचा सर्वांत मोठा साइझसुद्धा मनगटापाशीच अडून रुतून बसला पाहिजे, अंगठी तयार करूनच घ्यावी लागली पाहिजे, खाली बसणं आणि ते चुकूनमाकून जमलंच तर पुन्हा उठून पूर्ववत उभं राहणं या गोष्टी अशक्य कोटीतल्या झाल्या पाहिजेत. मांडी घालणं ही क्रिया तर प्रात्यक्षिक दाखवण्यापुरतीसुद्धा जमू नये... अशा अनेक गोष्टी आणि देहाचा संपूर्ण 'एरिया डेव्हलप' करण्याच्या दृष्टीनं अनेक प्रकारची, विविध पातळ्यांवरची, निरनिराळी उद्दिष्टं व कार्य हे महाशय मनोभावे पार पाडत असतात.

मग जाहिरातींमधले 'सिक्स पॅक' आणि 'झीरो फिगर' कितीही मोहवत असले, खुणावत असले, वाकुल्या दाखवून चिडवत असले, तरी उसासण्यापलीकडं काहीही करता येत नाही. अस्थिपंजर देहावर कसलंतरी 'डिझायनर' चिरगुट अडकवलेल्या सुकड्या, निस्तेज, कुपोषित वाटणाऱ्या मॉडेल्स पाहून कितीही जळून जळून कोळसा झाला... अगदी राखुंडी झाली, तरी काहीही करता येत नाही.

अर्थात, काहीजण मात्र असलं काहीही मनाला लावून घेत नाहीत. वजनाचा काटा कितीही उजवीकडं झुको... चालू फॅशनसोबत बिनधास्त वाहताना, आपण आणि पाठमोरा हत्ती यांत काहीही फरक न दिसो, त्यांना

मुळीच पर्वा नसते. ते ना खाण्या-पिण्यावर बंधनं बोलून घेतात, ना आकारमानाबद्दल काही वाटून घेतात... ही अशी जमात वगळली, तर बाकीचे मात्र लठ्ठपणाचा सल मनात वागवत अपराधी भावनेनं, स्वतःच स्वतःवर अनेक बंधनं घालून घेत अस्वस्थ मनानं जगत असतात.

त्यात भरीला हितचिंतक, नातेवाईक, आप्त, विविध नियतकालिकांतले आरोग्यविषयक लेख, फिटनेसविषयीच्या सीडी, कॅसेट्स, टीव्हीवरचे कार्यक्रम वगैरे गोष्टी लठ्ठपणाची बोच अधिकच गडद करण्याचं काम सतत करत असतात.

या लठ्ठपणाबरोबरच मधुमेह, रक्तदाब, संधिवात, हृदयरोग असे विकार (लठ्ठपणासारखेच) आगंतुक निर्लज्जपणे न सांगता, न बोलावता येतील, कायमचा मुक्काम ठोकतील आणि देहाची भरभक्कम इमारत आतून पोखरून कमजोर करतील... मग अर्थातच 'बुलावा' लवकर येणार, तोपर्यंत रोजच्या जगण्याची चवच बिघडणार... हे सगळं ठसवण्याचं कार्य हे सगळेजण आपापल्या परीनं करत असतात.

एकीकडं म्हणायचं - 'हसा आणि लठ्ठ व्हा!' हे सगळं ऐकल्यावर कुणाला हसू येईल? आणि हौसेनं कोण कशाला लठ्ठ व्हायला जाईल? लठ्ठ माणसं आनंदी असतात असं म्हणतात; पण सतत असल्या भित्या (भीतीचं अनेकवचन हो!) आणि टोमणे झेलत आनंदी असणं किंवा राहणं अशक्य आहे का?

सडपातळ राहण्यासाठी कोणतेही विशेष प्रयत्न न करता, खरंतर त्यासाठी वेगळं असं काहीच न करता, कसलीही खबरदारी - दक्षता वगैरे न घेता, मनाला येईल तसं जगूनसुद्धा काहीजण आयुष्यभर छान सडपातळ राहतात. अशा माणसांना आपण कसं 'टिकवलंय' याचा कोण अभिमान असतो; पण खरंतर यात त्यांची काय कर्तबगारी असते सांगा? नशीब हो... नशीब!!

अशा नशीबवान लोकांना 'वाढता वाढता वाढे'वाल्यांचं दुःख काय कळणार? या 'वजन'दार जीवांनी हवा खाल्ली तरी यांचं वजन वाढतं, हाय खाल्ली तरीसुद्धा यांचं वजन वाढतं!... काय बरं करावं या बापड्यांनी? ते बिचारे आपल्या परीनं नाना उपाय करून बघतात (आणि थकतात) सकाळी लवकर उठतात, मध-लिंबूपाणी पितात, योगासनं करतात, फिरायला जातात, जिमच्या वाऱ्या करतात, धापा

टाकत व्यायाम करतात, गोड बंद करतात, तळलेलं सोडतात... सतत मनावर दगड ठेवतात, उपासमार सोसतात... कोण काय सांगेल तो उपाय आणि प्रयत्न करून बघतात... काय काय करतात... या साऱ्यानं मनाचं संतुलन ढळायची वेळ येते; पण वजनाचा काटा जराही हलेल, किंचितसुद्धा डावीकडं सरकेल तर शपथ!

'माझं एका महिन्यात पंधरा किलो वजन कमी झालं.' 'तीन आठवड्यांत माझं गरगरीत असलेलं पोट सपाट झालं.' असल्या अद्भुत, मनोहर, रम्य गोष्टी ऐकल्या की, ही 'जादूची छडी' मिळवण्याचा प्रयत्न सुरू होतो. त्यानुसार नवनवे उपाय सुरू होतात. त्यांचा रंग चार दिवस टिकतो... उपयोग शून्य... मग पुन्हा दुसरं काहीतरी नेटानं सुरू होतं.

परवाच आमची भिशी झाली. गप्पांचा ओघ 'वजन' या विषयावर आलाच.

एक मैत्रीण म्हणाली, "मी तर आता मुळीच काळजी करायची नाही असं ठरवलंय. लठ्ठपणा कमी होईल का या टेन्शननं मरण्यापेक्षा आणि रोज रोज असं अपराधीपण वागवत जगण्यापेक्षा जसं मरण यायचंय तसं येऊ दे... नाहीतरी ते ठरल्यानुसारच येणार आहे ना? मरणाची वेळ, त्याचं कारण... सगळं ठरलेलं असतं असं म्हणतात ना?"

तिनं अगदी शांतपणे सांगितलेलं आयुष्यातलं अंतिम सत्य आम्ही सगळ्याजणींनी पाकात मुरलेला गुलाबजाम तोंडात टाकता टाकता रिचवलं. दुसऱ्या एका मैत्रिणीनं तिची री ओढत, नुकत्याच वाचलेल्या एका लेखाचा हवाला दिला.

"अगं, मी तर वाचलं की, काहीजणांच्या बाबतीत, लठ्ठपणाचं कारण एक विशिष्ट विषाणू असू शकतो म्हणे! मी तरी माझ्या बाबतीत आता असंच समजायचं ठरवलंय."

क्या बात है! केवढं पॉझिटिव्ह थिंकिंग.. आम्हा सगळ्याजणींना ते पटलं आणि आम्हीही मनात सलणारे, ठुसठुसणारे, टोचणी देणारे, अपराधी वाटायला लावणारे, चिंतेचा भुंगा लावणारे, कमीपणाची अथवा वैगुण्याची जाणीव करून देणारे असले सगळे भिकार विचार दूर सारले आणि सगळ्याजणी मिळून गरमागरम बटाटेवड्यांचा समाचार घेऊ लागलो!

❖

"मिळून 'मिसळू'न"

'तुझी रविवार साजरा करण्याची किंवा मजेत घालवण्याची कल्पना काय?' असं आमच्या एका कोल्हापुरी मित्राला विचारलं असता त्यानं सुवर्णाक्षरांत कोरून ठेवण्याजोगं उत्तर दिलं होतं, 'सकाळी निवांत उठायचं, मग मिसळ चापायची, दुपारी उशिरा जेवायचं, त्यानंतर मस्तपैकी ताणून द्यायची. संध्याकाळी महाद्वार रोडवर नाहीतर रंकाळ्यावर फेरफटका मारायचा आणि रात्री टीआर-पीआर... यापेक्षा आणखी काय?'

आहाऽहाऽहा! अवघे आनंदब्रह्म! (आता कोल्हापुरी वाचकांना 'टीआर-पीआर' म्हणजे काय हे सांगावं लागणार नाही; पण बाकीच्यांसाठी म्हणून... टीआर म्हणजे तांबडा रस्सा आणि पीआर म्हणजे पांढरा रस्सा!) तर सांगायचा मुद्दा असा की, अस्सल कोल्हापुरी खवय्याच्या जीवनात 'मिसळ' आणि 'तांबडा-पांढरा-सुक्कं' यांचं स्थान नुसतं अव्वलच नव्हे तर अपरिहार्य आहे.

मी कोल्हापूरकर होईपर्यंत 'मिसळ' या पदार्थाची नजाकत, खासियत, अदब, झटका, वैशिष्ट्यं वगैरे वगैरे मला माहीत नव्हतं. दिवाळी संपत येण्याच्या दरम्यान किंवा ती संपल्यावर आमच्या शेजारच्या एक काकू म्हणायच्या, 'आता मस्तपैकी मिसळीचा प्रोग्रॅम करू या हं!'

घरात भरपूर पाहुणे जमलेले, त्यातही घरातली, पाहुणी आणि शेजारची भस्मासुराच्या वंशातली बरीच पोरं सुट्टीमुळं घरातच; त्यामुळं मिसळीचा बेत फक्कड जमायचा आणि भूक भूक भुताला शांत करायचा. काकूंची यामध्ये चतुर आणि प्रेमळ कर्तबगारी असायची. त्या म्हणायच्या,

‘फराळाचं थोडं थोडं उरलेलं असतं. कुणाकुणाकडून आलेलं असतं. जराशी शेव, चकलीचे तुकडे, कडबोळी, चार-पाच प्रकारच्या (नमुन्यांच्या) चिवड्यांचे शेष उरलेले असतात तेही संपतं आणि बेतही मस्त जमतो!’

मग या सगळ्या ‘उरीव’ पदार्थांना लालभडक, तवंगदार, झणझणीत रश्श्यात न्हाऊ घालायचं. वर कांदा-कोथिंबिरीची पखरण करायची आणि मग चढाओढीनं मिसळ हाणायची!... असा बेत असायचा. मिसळ म्हटलं की, हेच चित्र डोळ्यांपुढं यायचं; पण कोल्हापुरात आल्यावर मला कळलं की, मिसळ हे स्वतंत्र प्रस्थ असतं (ॲन्ड ऑफकोर्स इट डिझर्वज इट!) तो असा जुळवाजुळवीचा किंवा भागवाभागवीचा प्रकार नसतो. तिचं आपलं असं वैशिष्ट्य असतं, खानदान असतं. त्यासाठी बारकाईनं, परिश्रमपूर्वक तयारी करावी लागते, तरच ती ‘जमते’!

कोल्हापुरात अशाप्रकारे घरीही मिसळ होते आणि बाहेरही ती अशीच साग्रसंगीत मिळते. बाहेर तर मिसळीची निरनिराळी ‘घराणी’ आहेत. ‘वन डिश मिल’ सदरात मोडणारे बरेच खाद्यपदार्थ विविध प्रांतांत-प्रदेशांत, देश-विदेशांत असतात; पण आमची ‘मिसळ’ ‘वन डिश मिल’चं ‘युनिक’ उदाहरण आहे! आपल्या देशी मिसळीनं परदेशी पावाशी (ब्रेडशी नव्हे... मिसळीच्या संगतीला असतो तो पाव!) जन्मजन्मांतरीची गाठ मारून देशादेशांमधल्या सीमा पुसून टाकल्या आहेत. घरी मिसळ करताना अमक्याला तमक्याच दुकानातलं ‘मिसळ मिक्स’ लागतं वगैरे आपली आपली रहस्यं असतात आणि लालभडक ‘पातळ भाजी’चीही खासियत असते. त्याचप्रमाणे प्रत्येक हॉटेलच्या घराण्यानुसार ‘मेन सबस्टन्स’ आणि ‘पातळ भाजी’चं खमंग-चमचमीत वैशिष्ट्य जपलेलं असतं. म्हणजे काही ठिकाणी डिशमध्ये आधी उकडलेली मटकी, मग त्यावर बटाट्याची विशिष्ट भाजी (बटाटेवड्यात असते अशा प्रकारची) मग त्यावर शेव-चिवडा किंवा फरसाण, मग त्यावर पातळ भाजी, त्यावर ओलं खोबरं-कोथिंबीर-बारीक चिरलेला कांदा आणि ‘चेरी ऑन द केक’ असणारी लिंबाची फोड. सोबत पावाचे दोन स्लाइस. मिसळीची बेसिक डिश ही अशी सजते. त्यामध्ये मग त्या त्या घराण्याची खास वैशिष्ट्यं ‘मिसळ’लेली असतात. म्हणजे कुणी त्यावर बारीक शेव भुरभुरतं, कुणी बटाट्याच्या भाजीऐवजी फक्त उकडलेल्या

बटाट्याच्या फोडी घालतं, कुणी मटकीला फाटा देतं, कुणाच्या मिसळीत पोह्यांचा 'स्पेशल ॲपिअरन्स' असतो, तर कुणाच्या मिसळीमध्ये फरसाणाचं वर्चस्व असतं.

पातळ भाजी हा तर मिसळीचा आत्माच! आधी बऱ्याचजणांसारखी मीही पातळ भाजीला 'कट' म्हणायचे; पण कोल्हापुरात आल्यावर पातळ भाजी वेगळी आणि 'कट' वेगळाच मान्यवर असतो हे कळलं. पातळ भाजीवर तिखटजाळ, लालभडक तेलाचा जरासा तवंग म्हणजेच कट घालून मिसळीत 'जान' येते असं म्हणतात. 'डबल कट' घेणारे (सॉरी! कट घ्यायचा नसतो, तो 'लावून' खायचा असतो!)... तर 'डबल कट'लावून खाणारे दर्दी खवय्ये कोल्हापुरात रसिकतेची परंपरा जपत आहेत. बाकी मग मिसळीत 'जान' आणता आणता आपली 'जान' कंठाशी येण्याची ज्यांना भीती असते किंवा नुसता 'कट' पाहूनच ज्यांच्या पोटात आग उसळते त्यांना मात्र या वाटेला जाता येत नाही... इच्छा असली तरी. अशांसाठी मिसळीचं दही मिसळ नामक सात्त्विकतेकडं झुकणारं 'व्हर्जन' उपलब्ध असतं. काहीजण ते आवडीनंही खात असतील; पण खरा कोल्हापुरी मिसळप्रेमी असेल तर ब्रासो कापडावर जसं अंगचं डिझाइन असतं तशी दिसणारी पातळ भाजी घातलेली, कट लावलेली, 'चरचरीत' मिसळच चापतो! मिसळ खाणं असंही सहसा ऐकायला मिळत नाही. इथल्या खटकेबाज भाषेतली चापणं, हाणणं, मारणं अशी क्रियापदं त्यासाठी वापरलेली दिसतात.

मिसळ करण्याची जशी वैशिष्ट्यं असतात, तशी मिसळ 'सर्व्ह' करण्याची आणि खाण्याचीही वैशिष्ट्यं दिसतात. मिसळीच्या त्या त्या घराण्याचे चाहते अगदी नंबरात उभे राहून प्रतीक्षा करतात; पण सहसा 'ब्रॅन्ड' बदलत नाहीत. मिसळ 'सर्व्ह' करणारेही एकदा बशी आदळून निघून गेले असं होत नाही. पुनःपुन्हा पाव, बारीक चिरलेला कांदा-लिंबू, पातळ भाजी, कट यांची आवर्तनं सुरूच असतात. महागाईचा तडाखा आणि सगळ्याच गोष्टींचं व्यापारीकरण होण्याच्या जमान्यात, कांद्याचे दर डोळ्यांत पाणी आणतात, अशा वेळी 'कांदा प्लेटला एक्स्ट्रॉ दर पडेल', 'पातळ भाजी एकदाच मिळेल' असे व्यवहारी फलक लावणं अपरिहार्य होत असलं तरी मिसळ वाढणाऱ्याचं अगत्य वाखाणण्यासारखं असतं. नेहमीच्या गिऱ्हाइकापैकी कुणाला 'साइड

पाव' आवडतो, कोण जादा लिंबू मागतो, कुणाला 'डबल कट' आणायचा, कुठल्या छोट्या दोस्तासाठी 'फिक्की' मिसळ आणायची, अशा तऱ्हा ते घरगुती आस्थेनं जपत भावबंध घट्ट करत असतात.

मिसळ खाणं हा प्रकारही खास असतो. अस्सल कोल्हापुरी खवय्या दोन्ही हातांनी पावाचे तुकडे करून ते मिसळीच्या बशीत बुडवून खातो आणि अधूनमधून चमच्याचं साहाय्य घेतो. बाकीचे पाव डाव्या हातात धरून तोंडानंच त्याचे तुकडे करतात किंवा नुसता कोरडा तुकडा हातानं तोंडात घालतात आणि मिसळ चमच्यानं खातात. असली खवय्याचं तसं नसतं. तो अफलातून 'ब्लेन्ड' साधत असतो. सुरसुर करत, नाक ओढत, मिसळ खाणारी एखादी व्यक्ती 'तर्री आणा...' म्हणून ऑर्डर सोडते तेव्हा ती 'इथली' नाही हे सहज ओळखू येतं किंवा पातळ भाजी हवी असते तेव्हा 'कट आणा...' असं सांगते तेव्हा 'अज्ञान' उघडं पडतंच!

मिसळ खातानाही दर्दी कोल्हापुरींनी आपापली 'कॉम्बिनेशन्स' तयार केलेली आहेत. म्हणजे मिसळीत बटाटेवडा किंवा कांदाभजी कुस्करून घालायची, मिसळीच्या जोडीला बटाटेवडा किंवा बटाटाभजी घ्यायची, मिसळीत घालण्यासाठी शेव-चिवडा प्लेटची ऑर्डर द्यायची अशी प्रत्येकाची आपापली आवडनिवडही असते. काहींना मिसळ खाऊन झाल्यावर बाकी काही नको असतं, तर काहींना त्यावर वाफाळता चहा आवडतो. (एकदा आमच्या शेजारच्या टेबलवर काहीजण मिसळ खात होते. त्यातल्या एकानं चहा सांगितल्यावर दुसरा म्हणाला, 'मला नकोय चहा; मस्त चव आलीय तोंडाला, ती तशीच राहू दे.' त्यावर पहिला म्हणाला, 'अरे, चहा पिला ना की, कटाचं घशाला लागलेलं तेल वगैरे सगळं निघून जातं.' चहाचा हा उपयोग मला त्या दिवशी नव्यानं कळला!)

परवा सकाळीच मैत्रिणीचा फोन आला, "आज 'मिसळू' या; ये दुपारी." तिच्या नवऱ्याच्या बॉसची बायको 'लंच'ला येणार होती. तिच्यासाठी मुद्दाम कोल्हापुरी खासियत म्हणून माझ्या मैत्रिणीनं मिसळीचा घाट घातला होता आणि वर उदरशांतीसाठी दही-भात असा बेत होता. मैत्रिणीच्या आमंत्रणावरून आमचा मैत्रिणींचा ग्रूप तिच्याकडं जमला. मिसळीची साग्रसंगीत मांडामांड झाली. आता खायला सुरुवात करणार इतक्यात बॉसपत्नी म्हणाली, "नो, नो, आय डोन्ट वॉन्ट दॅट हॉट

स्टफ!''

अरे देवा, आता ऐनवेळी हिला काय वाढायचं या विचारानं मैत्रीण हवालदिल आणि मिसळीला कुणी नाही म्हणू शकतं हे आश्चर्य याचि देहि याची डोळा पाहिल्यामुळं आम्ही अवाक्!

''वो कितना ऑईल होता है ना... इन दॅट करी. वो ब्रेड में पुरा सोक हो जाता है...'' ती विशालकाय बॉसीण मिसळीबद्दल तुच्छ उद्गार काढत होती; पण आम्हाला कुणालाच तिला याबद्दल काहीही सांगावंसं वाटलं नाही. वाद घालायलासुद्धा काही 'बेसिक' लायकी गरजेची असते ना! मैत्रिणीनं तिच्यासाठी सँडविचेस करायला घेतली. मग आम्ही मिळून 'मिसळून' खाद्यरंगी रंगलो आणि सँडविचेसचा बकाणा भरणाऱ्या त्या महामायेकडं पाहून मनातल्या मनात इतकंच म्हणालो, ''हाय कम्बख्त! तुने तो खायी ही नही।....''

❖

तंबूतला सिनेमा

परवा बऱ्याच दिवसांनी गावाकडं जाण्याचा योग आला. अगदी वेशीपासूनच बदलाचं वारं जाणवू लागलं. जुन्या खुणा पुसून त्या ठिकाणी बरंच काय काय नवं, अनोळखी दिसत होतं. असाच एक मोठा बदल ठळकपणे जाणवला, तो म्हणजे तंबूतल्या सिनेमाचं (म्हणजेच सिनेमाच्या तंबूचं) कुठं अस्तित्वच नव्हतं. त्या ठिकाणी दुकानगाळ्यांच्या चौकोनी रांगा दिसू लागल्या. काही ठिकाणी कॉम्प्लेक्स उभी राहताना दिसत होती. काहीतरी हरवल्यासारखं वाटलं... आणि मन भूतकाळात गेलं. त्या काळी टीव्ही आणि त्यावरचा सहज उपलब्ध चकचकाट नव्हता. गावातली एकमेव करमणूक म्हणजे तंबूतला सिनेमा. सिनेमाच्या या 'गृहा'ला 'टुरिंग टॉकीज' म्हटलं जात असलं तरी ते असायचं एकाच जागी... कायम. तिथं दिवसातून फक्त एकच खेळ असायचा... रात्रीचा, दहा ते एक. (अर्थात, ते चित्रपटाच्या लांबीवर आणि मध्ये रीळ किती वेळा तुटून व्यत्यय आणतंय यावर अवलंबून असायचं!) गावची जत्रा असायची त्या वेळी अंधार पडल्यापासून ते पहाटेपर्यंत... अगदी उजाडेपर्यंत तीन-चार काय होतील तेवढे खेळ दाखवले जात असत. जवळपासच्या खेड्यांतून आणि वाड्या-वस्त्यांवरून बैलगाड्या भरून माणसं सिनेमाला येत असत.

टॉकीजची जागा कनात लावून बंदिस्त केली जायची. वर खुल्या आकाशाचा मांडव असायचा आणि समोर पडद्यावर आगळ्यावेगळ्या विश्वाची सफर घडायची. असा हा तंबूतला सिनेमा आमच्या त्या वेळच्या भावविश्वाशी खास जोडलेला असायचा.

शाळेतून घरी येताना वाटेत सिनेमाचं पोस्टर दिसायचं. त्याच्या रंगरूपावरून व आकारावरून सिनेमा बदलला आहे का ते दुरूनच समजायचं. मग बरेचजण त्या पोस्टरचं रस्त्यात थांबून निवांतपणे अवलोकन, रसग्रहण व विश्लेषण करायचे.

"आयला, जबरदस्त टोलेजंग चित्रपट... ॲक्शनपॅक्ड... तुफान हाणामारीने नटलेले..." अशी पोस्टरवरच्या मजकुराची पारायणं व्हायची. पोस्टर करणाऱ्याचं भाषिक ज्ञान आणि शाळकरी वयातलं 'ज्ञान' पाजळण्याचा उत्साह यामुळं 'टोलेजंग चित्र', 'ॲक्शनपॅक्ड' वगैरे सिनेमाच्या 'प्रमोशन'साठी वापरलेले शब्द कोणत्याही 'रूपात' कानावर पडायचे शिवाय. 'अमिताभ बच्चन, परवीन बॉबी, प्राण, विनोद खन्ना, सनी देवल, अमरीश पुरी' अशी सगळी नटमंडळी 'बोली' भाषेत पोस्टरवर असायची.

तंबूतल्या सिनेमाला 'ॲडव्हान्स बुकिंग' वगैरे प्रकार नसायचा आणि हाउस फुल्ल होऊन समोर पडद्याला नाक लागायची वेळ आली तरी सहसा 'हाउसफुल्ल'चा बोर्ड लागत नसे. माणसं प्रेमानं आणि दाटीवाटीनं एकमेकांना सामावून घेत, 'फर्स्ट डे फर्स्ट शो'चा आनंद मिळूनमिसळून घेत असत. (मग दुसऱ्या दिवशी वर्गात त्या त्या गमतीजमती आणि 'स्टोरी' ऐकवण्याचा कार्यक्रमही होत असे.) सिनेमाला जायचं म्हटलं की, घरातली मोठी माणसं अभ्यासाची न चुकता का आठवण करून देतात ते मात्र तेव्हा कळायचं नाही. त्याचा रागही यायचा... पण... लक्षात कोण घेतो!) तंबूतल्या सिनेमाला खुर्च्या वगैरे अर्थातच नसत; त्यामुळं भारतीय बैठक सक्तीचीच असे. तिथं बाल्कनी, फर्स्ट क्लास वगैरे आर्थिक तफावतीचे स्तरही नसत. फक्त मागच्या बाजूला कट्टा बांधलेला असे. त्या कट्ट्यावरची जागा बायकांची आणि पुरुष पुढच्या बाजूला अशी विभागणी असे. काही वेळा दोरी बांधून ही विभागणी केली जात असे. सिनेमाला जायचं म्हटलं की, सतरंजी-पांघरूण अशा तयारीनिशी सज्ज होऊन जावं लागत असे. बाकी सिनेमादरम्यान 'खाणं' हा प्रकार फारसा नसायचा.

सिनेमा सुरू होण्याआधी तासभर स्पीकरवरून गाणी वाजवली जायची आणि सिनेमा सुरू होणार असा संकेत देणारी विशिष्ट धून वाजली की, बाहेर रेंगाळणारे लगबगीनं आत येऊन बसायचे आणि

आत सैलावून बसलेले 'अटेन्शन' व्हायचे. एकमेकांसाठी जागा 'धरणं' हाही प्रकार असायचा. त्यावरून काही वेळा चकमकीही झडत असत. अखेर सिनेमा सुरू व्हायचा, त्यासोबत टाळ्या-शिट्ट्याही घुमायच्या आणि क्षणार्धात सगळं वातावरण बदलून एक खास 'माहोल' तयार व्हायचा.

ज्यांना कुठल्याही ठिकाणी वेळेवर पोहोचलं तर 'शप्पथ आहे,' असं कुणीतरी वचनात जखडून ठेवलेलं असावं अशी माणसं सिनेमालासुद्धा न चुकता उशिराच पोहोचतात, काहींना अपरिहार्यपणे तर काहींना अनपेक्षित उशीर होतो. अशांपैकी कुणी अंधारात धडपडत, ठेचकाळत सिनेमाला उशिरा यायचं. तोवर तिथं ऐसपैस पसरून स्थिरावलेली कुटुंबं लहान मुलांना शेजारी किंवा आसपास झोपवून, त्यांना नीट पांघरूण वगैरे घालून, आपापल्या हद्दी 'फिक्स' करून सिनेमात रंगलेली असायची. अशा वेळी हा अधूनमधून येणारा व्यत्यय "आगं बाई, सर की बाजूला..." किंवा "आत्ता... तुडीवतीस काय गं पोरास्नी टवळे' अशा सात्त्विक संतापानं झटकला जात असे.

समोर सिनेमानं वेग घेतला की, इकडं काहींचं धावतं समालोचन सुरू होत असे. "हा ऽऽऽस्सं, हाण त्याला... जाऊ दे झाडून... शाब्बास तेच्या मारी..." असं अखंड सुरू असे. त्यातसुद्धा पुरुष आणि बायका असं विभाजन असल्यामुळं 'पंच'च्या जागाही वेगवेगळ्या ठिकाणाहून येत. त्या रुपेरी विश्वात माणसं इतकी रंगलेली असत की, "हाण त्याच्या आयला त्याच्या... हूं ऽऽ... आर तिच्या! ते आडवं आलं बग." असे उत्स्फूर्त उद्गार पडद्यावरच्या मारामारीत, नायकाच्या विजयात आणखी 'रंग' भरत असत. "आगं हिचा मुडदा बशीवला भिताडासंगं... किरडी मोडली याची... आगं ये गतकाळे..." असा खास अहेर महिला आघाडीकडून पडद्यावरच्या व्हिलन फौजेला लाभत असे. समोर भावनोत्कट प्रसंग सुरू झाले... म्हणजे बिदाई, चितेला अग्नी, विरह असे प्रसंग सुरू झाले की, बायाबापड्या डोळ्यांना पदर लावून मुसमुसत. "आत्ता काय करायचं बाई" असे हताश उसासे कानी पडत... सगळं वातावरण गंभीर होत असे.

काहीजणांना त्यातही विनोद सुचत असे. मग करुण पार्श्वसंगीताच्या साथीनं सुरू असलेल्या दुःखद प्रसंगात मधूनच एखाद्या ग्रुपनं फिदीफिदी

केलं की, त्या दुःखात 'बुडालेल्या' मंडळींची अस्मिता दुखावली जात असे आणि वयाचा अधिकार वापरून त्या टारगट तरुणाईला गप्प केलं जात असे. काहीजण पुढचा 'सस्पेन्स' आधीच फोडून सगळं नाट्यच फुस्सऽऽ करून टाकत असत; तर काहीजण नायक-नायिकेच्या हळुवार दृश्यात "ए सोड तिला" असं फर्मावण्याचा व्रात्यपणाही करत असत. विनोदी पात्रांच्या प्रसंगात (नसलेलं) छप्पर फाड के हशा घुमत असे...

अशा प्रकारे सिनेमा पाहणं हा सार्वजनिक अनुभव असे. महत्त्वाच्या सणांच्या निमित्तानं त्या त्या वर्षातले सुपरहिट सिनेमे चढाओढीनं प्रदर्शित होत. गावातल्या एरवीच्या शांत-निवांत दिनक्रमात रात्री या निमित्तानं गजबज असे. त्यातसुद्धा मराठी सिनेमा म्हटलं की, बायकांची विशेष गर्दी असायची आणि देवादिकांच्या सिनेमाला तर आणखीनच! आम्ही फक्त 'देवाचे सिनेमे' पाहतो असं अभिमानानं सांगणारे सात्त्विक लोकही असत. अशा सिनेमांना घरातल्या आज्या वगैरे हटकून दिसत.

देवाच्या सिनेमावरून आठवलं. एकदा आमचे एक शेजारी घरी आले होते. त्यांच्या पोटात काहीतरी खास गुपित (!) मावत नाहीये, हे त्यांच्या एकूण आविर्भावावरून कळतच होतं; त्यानुसारच झालं.

"अहो आजी, कळलं का? तात्यांच्या माई आणि नंद्याच्या आजी- दोघीजणी सिनेमाला गेल्या होत्या काल...." चहा भुरकत त्यांनी बातमी लाँच केली."

"अगंबाई... मग?"

"मग काय... आल्या की शंख करत..."

"म्हणजे?"आमच्या आजीच्या उत्सुकतेचा कडेलोट व्हायला आला होता.

"अहो, 'सत्यं शिवं सुंदरम्'ला गेल्या होत्या. नावावरून त्यांना वाटलं, देवाचा आहे..." त्यांच्या मिशीत हसू मावत नव्हतं.

...सांगायचा मुद्दा असा की, असे 'देवाच्या' सिनेमांचे भक्त असत. कौटुंबिक सिनेमांचा 'फीडबॅक' बरेचदा "घेण्यासारखं आहे नै!" असा असे. काहींचं त्यावरील तत्त्वचिंतन श्रवणीय असे. बाकी आम जनता सरसकट सगळे सिनेमे मजेत पाहत असे. असं होता होता कितीतरी वर्षं उलटली आहेत. आता घरबसल्या अनेक पर्याय आणि तेसुद्धा चोवीस तास उपलब्ध आहेत; त्यामुळं आता त्या वेळची ती 'क्रेझ' संपलीय.

तंबूतला सिनेमा नामशेष होणं अटळच आहे; पण त्याच्याशी कधीकाळी असलेल्या नात्याचे धागे मात्र मनाशी आजही गुंफलेले आहेत.

परवाच मैत्रिणीनं विचारलं, "इंग्लिश विंग्लिश पाहिलास?"

मी म्हटलं, "हो."

पुढं मनात आपोआप शब्द उमटले, "घेण्यासारखं आहे नै!" आणि मी एकटीच हसले...

नेमा तुझा रंग कसा!

ठरावीक काळानं वर्ष बदलणं, नव्या वर्षात पाऊल ठेवणं आणि सनावळ पुढं सरकणं हे नित्याचंच असतं; पण आपले मात्र त्या त्या वर्षाशी वेगवेगळे भावबंध जुळलेले असतात. कुणाला वर्ष चांगलं, भरभराटीचं, स्वास्थ्यपूर्ण आणि खुशीचं गेलेलं असतं, तर कुणाच्या दृष्टीनं ते आयुष्याच्या पुस्तकातली ही मधली पानं फाडून टाकावीत किंवा कॉम्प्युटरवरून तेवढी फाइल 'डिलिट' करून टाकावी, असं वाटण्याइतकं तापदायक, वैतागवाणं, म्हणून नकोसं आणि दुःखद गेलेलं असतं. काहींनी त्याचा कडू-गोड असा संमिश्र अनुभव घेतलेला असतो.

पण काहीही असलं तरी नव्या वर्षाचं स्वागत करताना मात्र प्रत्येकजणच उत्साहात अगदी सकारात्मक असतो. जुनी जळमटं झटकून आयुष्याला नव्या उमेदीनं सामोरं जाण्यासाठी सज्ज असतो. याच उत्साहाच्या उधाणलेल्या लाटेसोबत हटकून येणारी गोष्ट म्हणजे नव्या वर्षाचे, नव्या वर्षासाठी नेम!

कुठलीही चांगली गोष्ट करण्यासाठी खरंतर ती करायला सुरुवात करणं हाच सर्वोत्तम मुहूर्त अगदी अमृतयोग... हे कळत असलं तरी, 'नेम' करण्यासाठी मात्र वाढदिवस, एखादा सण असं काहीतरी निमित्त आवश्यक असतं आणि त्यामध्ये 'नव्या वर्षाचा आरंभ' हे तर अतिशय आवडतं निमित्त असतं. नेम तसे अनेक प्रकारचे असतात. आपापल्या दिनक्रमाशी, आपापल्या आयुष्याशी निगडित असे बऱ्याच प्रकारचे असतात; पण नव्या वर्षासाठी त्यातले काही खास करून 'पेट्ट' म्हणावे

असे असतात. त्यातले प्रमुख म्हणजे - सकाळी लवकर उठणं, सकाळी फिरायला जाणं... त्याला व्यायाम हा एक ऑप्शन असतो, तो सुरू करणं, डाएट सुरू करणं, मांसाहार सोडणं आणि डायरी लिहिणं. (त्यात हिशेब लिहिणं वगैरेही असतंच बरं का!) हे नेम सार्वत्रिक, अगदी कॉमन असतात, नाही का? इतकी वर्षं अनेकदा नेम धरूनही हे नेम काही लागलेले नसतात; त्यामुळं पुनःपुन्हा नव्या उमेदीनं त्यांच्या मागं लागण्यासाठी नवं वर्ष हा सुमुहूर्त असतो.

प्रत्येक वेळी नेमाचा निश्चय होतो अगदी घोर निश्चय, जणू भीष्मप्रतिज्ञाच!

यातला पहिला नियम म्हणजे सकाळी लवकर उठणं. शाळा-कॉलेजमध्ये असताना सकाळच्या शाळेला किंवा कॉलेजला जाण्यासाठी लवकर उठणं भाग असतं. तेव्हाचा काळ सोडला तर नंतर कोण कशाला लवकर उठेल हौसेनं? सकाळी लवकर उठून बसायचं आणि मग मोठमोठ्यानं गप्पा मारून किंवा खुडबुड करून इतरांची झोपमोड करायची - याची हौस असलेले काही उपद्रवी प्राणी वगळता बाकीच्यांना सकाळ होण्याच्या दरम्यानच्या साखरझोपेच्या नशेची गोडी फार प्रिय असते. जड डोळ्यांनी आणि जड मनानं, मोठ्या कष्टानं उठताना मनाला आणि तितक्याच देहालाही कोण यातना होतात! पण नाही; निश्चय म्हणजे निश्चय! दिवसाचा वेळ आळशासारखं लोळत न पडता सत्कारणी लावायचा, तर लवकर उठण्याला पर्याय नाही, अशी बरेचदा आपली ठाम खात्री झालेली असते (यापूर्वीही अनेकदा आपली अशी ठाम खात्री झालेली असते.) पण या खेपेला मात्र अगदी कठोर निश्चय असतो. 'लवकर निजे लवकर उठे त्याला ज्ञान-आरोग्य-संपत्ती भेटे' हे वचन डोळ्यांसमोर ठेवून डोळ्यांवरची झापडं दूर करण्याचा प्रयत्न करत हा एक नेम सुरू होतो.

असाच दुसरा एक नेम म्हणजे फिरायला जाणं किंवा व्यायाम करणं. हा नियम पहिल्या नेमावर म्हणजे सकाळी लवकर उठण्यावर अवलंबून असतो. पहिला नेम बरोबर बसला म्हणजे वेळेत पार पडला, तर हा दुसरा नेम तडीला जाऊ शकतो. ज्यांच्या बाबतीत त्यांनी ग्रॅममध्ये खाल्लं तरी वजन मात्र किलोकिलोनं वाढतं त्यांच्या बाबतीत फिरायला जाणं किंवा व्यायामाला मुहूर्त लावणं अत्यावश्यकच असतं.

कधीकधी तब्येत धोक्याचे इशारे देऊ लागते. अशा वेळीही आज-उद्या करत पुढं ढकलला जाणारा हा नेम नववर्षाचं निमित्त साधतो. या नेमामागं कधीकधी एखादी निराळीच प्रेरणा किंवा 'मकसद' असलेलाही दिसतो.

आमचा एक मित्र चांगला उन्हं अंगावर आल्यावर उठणाऱ्या प्रजातीतला. (आणि उन्हंसुद्धा कोवळी-बिवळी नव्हेत, चांगली जून झाल्यावर) तर हा मित्र अचानक सकाळी लवकर उठायला लागला... लवकर म्हणजे चक्क पहाटे सहा वाजता! बरं उठला तर उठला, एवढ्या सुप्रभाती हा बाल्कनीत खुर्ची टाकून अभ्यासाचं जाडजूड पुस्तक वाचताना दिसायला लागला हो! आम्ही सगळे अवाक्‌च झालो. हा झटका चार दिवसांत ओसरणार हे आम्ही पैजेवर सांगायला तयार होतो; पण आश्चर्य म्हणजे, त्यानंतर काही दिवसांतच महाशय सकाळी सहा वाजता ट्रॅकसूट, स्पोर्ट्स शूज अशा सगळ्या सरंजामात 'मॉर्निंग वॉक'ला जाऊ लागले. आम्ही सगळे चाटच पडलो! हा अचानक कसा 'सुधारला' याचं रहस्य लवकरच उलगडलं. त्याला आवडलेली 'ती' रोज सकाळी त्याच्या घरावरून तिच्या आईबरोबर फिरायला जायची. सकाळी तिच्या दर्शनासाठी म्हणून याचा लवकर उठायचा नेम सुरू झाला होता आणि तिच्याकडून 'ग्रीन सिग्नल' मिळण्याची थोडीफार आशा निर्माण झाल्याबरोबर त्याच्यात मॉर्निंग वॉकचा नेम संचारला होता.

काहीजणांच्या नेमामागं 'अशी' प्रेरणाही असू शकते बरं का!

यापुढचे नेम म्हणजे डाएट करणं आणि मांसाहार सोडणं. गंमत बघा, या सगळ्या नेमांचं परस्परसूत्र बघा. हे सगळे नेम कुठून ना कुठून एकमेकांशी कसे निगडित आहेत; आहेत ना? म्हणजे फिरणं-व्यायाम-फिटनेस-वजन घटवणं-डाएट करणं-मांसाहार सोडणं या सगळ्यांचं परस्पर नातं आता काही वेगळं सांगायला नकोय.

डाएट हा नेम बरेचदा अघोरी वळणानंच सुरू होत असतो. म्हणजे चहा सोडायचा, साखर सोडायची, एक वेळचं जेवण सोडायचं, फक्त लिक्विड डाएट घ्यायचं असलं काहीतरी अचाट आणि एकदम टोकाचं ठरवलं जातं. तीच गोष्ट मांसाहाराचा! ही आवडती गोष्ट पण एकदम तिच्यावर ठळक फुली मारून ती हद्दपार करायची आणि मन इतकं

वढाय वढाय की, ते दुप्पट वेगानं तिकडं ओढ घेतं.

यापुढचा नेम म्हणजे डायरी लिहिणं. यात मनोगतापासून ते हिशेबापर्यंत सगळं काही अंतर्भूत असतं. ऑफिसमध्ये चहाचं कॉन्ट्रिब्युशन पन्नास रुपये, रिक्षा पंचवीस रुपये, कढीलिंब पाच रुपये, कामवालीला तीनशे रुपये ॲडव्हान्स असे सगळे काटेकोर हिशेब नव्या कोऱ्या डायरीची काही पानं सजवतात.

"आज ती आलीच नाही. मन उदास होतं."

"आज बऱ्याच दिवसांनी पावभाजी खाल्ली."

"झुरळांचं औषध आणायला पाहिजे."

"कधीकधी आपण नियतीच्या हातातलं बाहुलं आहोत असं वाटतं नाही?"

"जाऊ दे, काही खेटर अडलं नाही."

"शेवटी प्रत्येकजण एकटाच!" अशा विविध वृत्तीच्या गूढ, आनंदी, रोमँटिक, वैफल्यग्रस्त, तत्त्वचिंतनपर वाक्यांनी डायरीची पुढची काही पानं भरतात.

असे ढोबळ नेम सुरू मारे जोरात होतात; पण ते मोडून काढण्यासाठी बाकी सगळी 'कायनात' एक होत असल्यासारखी अवस्था होते. चार दिवस सकाळी लवकर उठण्याचा रंग टिकला की, हळूहळू गजर ऐकून तो बंद करून 'पाच मिनिटंच' म्हणून झोपलं की, ती पाच मिनिटं एका तासानंच होतात. कधीकधी एवढ्या सकाळी शुद्ध, थंडगार हवेची सवय नसल्यानं सर्दी होते. त्यानंतर गजर ऐकू येणंही बंद होतं आणि मग हळूहळू सकाळी लवकर उठण्याचा नेम बारगळतो. त्याजोडीनं, त्यावर अवलंबून असणारे फिरायला जाणं आणि व्यायाम हे नेमही थंडावतात. फिरायला जाण्यासाठी म्हणून खास घेतलेला पोशाख, बूट वगैरे साहित्य कपाटात, माळ्यावर जमा होतं आणि हे नेमही बंद झाल्यात जमा होतात. डाएटचं अघोरीपण अंगावर येऊ लागतं. चहा नाही म्हणून मानसिक संतुलन ढळायची वेळ येते, नुसत्या सफरचंदांवर चार दिवस काढले की, सफरचंद चित्रात पाहिलं तरी चीड येऊ लागते... मग असंच एके दिवशी काहीतरी खास निमित्त घडतं. ते साजरं करण्यासाठी कोल्हापुरी तांबडा-पांढरा रस्सा सोडून दुसरा तोडीचा पदार्थच असू शकत नाही; त्यामुळं आनंदात सहभागी होण्याच्या निमित्तानं मांसाहार

कधी सुरू झाला हेही लक्षात येत नाही. डायरी लिहितानासुद्धा 'करायचंय काय? आपलं आपल्याबरोबर! आपली डायरी म्हणजे काय ऐतिहासिक महत्त्वाचा दस्तऐवज आहे थोडाच?' असा साक्षात्कार होऊ लागतो. हिशेब लिहून तरी काय कराचंय? खर्च काही टळत नाहीत आणि आपण आपल्या खिशाबाहेर थोडंच काही करणार आहोत? त्यापेक्षा काळजी न करता मजेत जगावं असं मनापासून वाटू लागतं.

रोजच्या धावपळीत सगळी वेळापत्रकं सांभाळताना चार फुरसतीचे क्षण मिळवणं जिथं मुश्कील, तिथं या गोष्टी बंद पडायला कितीसा वेळ लागणार?

पण एक मात्र नक्की! अशा वळणावर आपण जरासं थांबून, स्तब्ध होऊन थोडा विचार केला, मागं वळून पाहताना आणि भविष्याचा वेध घेताना वर्तमानातील क्षण हातून निसटणार नाहीत याची दक्षता घेतली, तर आपलं आयुष्य नक्कीच जास्त आनंदी होईल आणि मनातलं हेच आनंदाचं झाड आपल्याला खूप काही देऊन जाईल. आटापिटा करून नेम न पाळताही, खूप गोष्टी आपल्या जीवनाचा अविभाज्य भाग बनून आपलं जीवन समृद्ध करतील.

❖

फुलपंखी दिवस

परवाचीच गोष्ट. शेजारच्या सोनूची शाळेची रिक्षा आली. त्याबरोबर समोरच्या फ्लॅटमधलं इवलंसं पिल्लू "मला पण शाळेला जायचंय?" म्हणून हट्ट करत दारात धावत आलं. ते पाहिल्याबरोबर आम्हा सगळ्यांची एकच प्रतिक्रिया आली, "अरे बाबा, घे मजा करून आत्ता. पुढं एकदा त्या चक्रात अडकलास की सुटका नाही!" पण त्या सुंदर फुलपंखी दिवसांत त्या मुलांना याची जाणीव कुठं असते? अर्थात ती कशाला असतीय म्हणा! त्या वेळचं त्यांचं विश्वच वेगळं असतं. अद्भुत असतं, अनोखं असतं आणि खूप गोजिरवाणंसुद्धा असतं. हे वय ज्या थोड्या काळात मिळतं तेव्हा त्याची जाणीव असण्याचा किंवा त्याची किंमत वाटण्याचा प्रश्नच नसतो; पण जेव्हा त्याची किंमत कळते, तेव्हा आपल्या हातून काय निसटून गेलंय याची चुटपुट लागतेच.

आताच्या मुलांचं जीवन तर किती लवकर 'बिझी' होतंय. पूर्वीचं मॉन्टेसरी किंवा बालवाडी हे शाळेत घालण्याचं वय काहींना 'किती लवकर' असं वाटायचं; पण आता तर प्ले ग्रूपच नव्हे तर 'टॉडलर्स स्कूल'सुद्धा प्रचलित आहेत; त्यामुळं अजून काही काळातच जन्माला आल्या दिवसापासून बाळासाठी 'वेलकम स्कूल' सुरू झाली तरी त्याचं नवल वाटायला नको.

आता जमाना बदलला आहे. प्रत्येकच क्षेत्रात स्पर्धा प्रचंड आहे. आपण सगळ्यांबरोबर राहायला नको का? त्यासाठी अगदी सुरुवातीपासूनच सज्जता हवी... अशा वेगवेगळ्या आणि सगळ्या कारणांमुळं लहान मुलांच्या मागं सगळी धावपळ फार लवकर सुरू झालीय. सगळ्यांच्याच

त्यांच्याकडून ढीगभर अपेक्षा आहेत; पण कधीकधी असं वाटतं की, या सगळ्यात या मुलांचं बालपण हरवून चाललं आहे का? त्यांना असं सुंदर, मुक्त, स्वच्छंद बालपण अनुभवता येणार का?... आणि मैत्रिणींनो, त्याच वेळी मला आपल्या काळातलं बालपण आठवतं. सध्या दर दिवसागणीक सगळंच खूप बदलतंय, वेगानं बदलतंय. सगळे चांगले-वाईट बदल अगदी सहजपणे स्वीकारले जात आहेत. हा वेग इतका आहे की, नुकतंच कॉलेजमध्ये ॲडमिशन घेतलेल्यांनी आपल्या शालेय जीवनाबद्दल बोलताना 'आमच्या वेळी असं होतं' असं म्हटलं तरी त्यात काही आश्चर्य वाटायचं कारण नाही; पण बाकी काही असलं, गोट्या-विटीदांडू-लाकडी बाहुल्या-ठक्या यांची जागा बार्बी, जीआयजीओ आदींनी घेतली असली तरी 'छोटी मनं' अजून तीच आहेत.

आताची मुलं रोजच्या दिवसाचा नवा पोशाख, विविध बूट, हेअरबँड, टाय, मोजे, विशिष्ट दप्तरं अशा साजात असतात; पण मला आठवतंय ते आम्ही कधी खाकी दप्तरं न्यायचो, कधी शबनम, तर कधी मण्यांची पिशवी असे नित्य नव्याच्या शोधात असायचो.

शाळेत असतानाचं आणखी एक आठवतंय म्हणजे- पाटी-पेन्सिल असायची. एखाद्या छोट्या बाटलीतून पाणी किंवा स्पंज भिजवून सोबत घेतलेला असायचा. पाटी पुसायला म्हणून! आताच्या मुलांना पाटी-पेन्सिल म्यूझिअममध्येच दाखवावी लागेल अशी अवस्था आहे. कोळशानं दगडी पाटी घासणं, पेन्सिल दगडावर घासून तिला कोचदार टोक करणं, पाटी आरशासारखी लखलखीत ठेवणं असा आपल्या कामातला 'चोख'पणाही असायचा. पाटी पुसून झाली की, ती ओली पाटी वाळेपर्यंत 'चिमणे ऽ चिमणे पाणी घाल, कावळ्या ऽ कावळ्या वाळव रे' असा मंत्रोच्चार असायचा. चिमणी जर पाणी घालत राहिली तर कावळा ते कसं काय वाळवणार? हा विचार मनाला कधीच शिवायचा नाही, नाही का?

आताच्या मुलांना रेघा आखलेल्या, चौकटी पाडलेल्या पाट्या मिळू शकतात; पण जेव्हा ते उपलब्ध नसायचं, तेव्हा रेघा मारणं हा साग्रसंगीत कार्यक्रम असे. घरनंच पाटीवर उतारा काढून न्यायचा किंवा शाळेची तयारी म्हणून 'इन ॲडव्हान्स' रेघा आखून न्यायच्या असा कार्यक्रम असे आणि तो उतारा पुसला जाऊ नये म्हणून त्यावर 'उतारा'

असा की, पाटी अंगापासून लांब धरून, जपून शाळेत न्यायची. त्यामध्ये जणू कर्तव्यपूर्तीचं आपल्या कामातल्या 'परफेक्शन'चं समाधान असायचं.

त्या काळात अख्खी पेन्सिल मोडणं हा दुःखद प्रसंग असायचा. खडू, पिसं, रंगीत काचा, मणी, गोट्या अशा खजिन्यातल्या मौल्यवान गोष्टींची देवाणघेवाण अगदी 'डील'सारखी असायची.

तुमच्यापैकी बहुतेकजणींना भातुकली मांडलेली आठवत असेलच! बरेचदा शनिवारची दुपार या खेळासाठी राखीव असायची. शनिवारी सकाळची शाळा; त्यामुळं सारी दुपार घरातच! मग आईचा जरा डोळा लागला की, नुसता धुडगूस! भातुकलीसाठी चुरमुरे, दाणे, गूळ असे पदार्थ गोळा व्हायचे. शेंगदाण्याच्या दोन पाकळ्यांमध्ये गुळाचा छोटासा खडा भरून लाडू बनायचे. खेळण्यातल्या भांड्यांच्या काठावर चुरमुऱ्याचं कूट व्हायचं. खाण्याचे पदार्थ या भांड्यातून त्या भांड्यात घोळवून झाले म्हणजे पदार्थ केल्याचा आनंद मिळत असे. त्या वेळी 'ही कसली घाणेरडी भांडी' असा 'हायजिनयुक्त' विचार नसल्यामुळं या खेळात अवर्णनीय आनंद मिळायचा. ते वय कसं असतं ना! ना कसली भीड, ना कसला संकोच.... सगळं कसं निर्धास्त, मनस्वी आणि मुख्य म्हणजे खरं... अगदी मनापासूनचं. त्याला ना कुठली व्यवहारी झालर, ना रूढी-परंपरांचे बंध, ना 'कसं दिसेल?' याचे कुठले संकेत.

कुणी "तुझं नाव काय?" म्हणून विचारलं तर सरळ "मी नाही जा" म्हणण्यात कुठली भीड पडत नाही आणि समजा, नाव विचारल्यावर ते सांगितलंच तर सगळं नाव-गाव-जिल्हा-राज्य-देश-खंड इथवर सगळं क्रमानं सांगून टाकण्यात काहीही लाज वाटत नाही. या काळात गाडीतून भुर्रऽऽ जाण्यात मजा वाटते. बाहुल्यांची लग्नं प्रचंड आवडतात. गोष्टी ऐकत त्या अद्‌भुत, नवलाईच्या विश्वातली मजा खरी वाटते. प्रत्येक गोष्ट 'माझी मी' करायची असते.

मला आठवतंय, आई पोळ्या करायची तेव्हा त्या कणकेतला शेवटचा गोळा हट्टानं घेऊन तिचा 'अमिबा' लाटणं हा तेव्हा अतिशय आवडता उद्योग असायचा आणि त्या काळ्या मिचकूट अमिबा पोळीला, डब्यात इतर पोळ्यांचंच 'स्थान' मिळावं हीसुद्धा अपेक्षा असायची.

असं हे निरागस, हसरं, खळाळतं, उत्फुल्ल, उसळतं, अज्ञानात बरंच सुख मिळवून देणारं; पण फारच थोडा काळ लाभणारं...

फुलपाखरासारखं नाजूक, चंचल, भिरभिरतं, कोमल बालपण... तेही फुलपाखरासारखंच हातून अलगद निसटून गेलं असं जाणवतं. आज इवल्याशा चिमुरड्यांची धावपळ, त्यांच्या पाठीवरची ओझी, स्पर्धेचा ताण, घड्याळाच्या काट्यांना बांधलेलं त्यांचं आयुष्य पाहिलं की, या सगळ्याला ती मुकताहेत असंच वाटत राहतं आणि मन चुकचुकतं... हो किनई? ❖

बुफे... फे फे फे!

प्रसंग : लग्नाचं रिसेप्शन...
स्थळ: शहराबाहेरचे एक प्रशस्त लॉन. लायटिंगच्या झगमगाटानं उजळलेली. स्वागतकमानीनं सजलेली. फुलांनी शृंगारलेली. सुगंधांनी दरवळलेली.

या स्थळाच्या आजूबाजूला अंधार आणि रस्त्यावर खड्डे... दोघांचीही कोण जास्त जीवघेणं, यासाठी स्पर्धा सुरू. इथला पत्ता महत्प्रयासानं शोधत शोधत, या आडवळणी भागात उलटसुलट वेढे-वळसे मारत मारत श्री व सौ हे ठिकाण एकदाचं शोधून काढतात; पण अजून दिव्य संपलेलं नसतं. या स्थळाच्या पंचक्रोशीत दशदिशांना जागा मिळेल तिथं अगणित दुचाकी-चारचाकी वाहनं दाटीवाटीनं उभी. तिचाकी वाहनं येऊन-जाऊन! बाहेरचा अतिकर्तव्यदक्ष पहारेकरी सगळ्या वाहनांना शिटीच्या जरबेवर लायनीत ठेवण्यात मग्न. त्याचा थाट उच्चपदस्थ पोलीस अधिकाऱ्याचा. येणारे जणू समाजकंटक... दंगलीतले आरोपी आहेत आणि त्यांना वळणावर आणण्याचं काम आपल्या हाती आहे, ते निष्ठेनं पार पाडायचं ही ज्वलंत जाणीव त्याच्या हातवाऱ्यांतून आणि तुच्छ कटाक्षांबरोबरच त्याच्या करारी शिटीतूनही बरसत असते.

अखेर पार्किंगला अर्ध्या मैलावर सुरक्षित जागा मिळाल्याच्या आनंदात श्री व सौ अतिथी अंगावरचा लफ्फेदार साजशृंगार सांभाळत प्रवेशद्वाराशी पोहोचतात. पत्रिकेत 'आपली उपस्थिती हाच अहेर' आणि भेटवस्तू व पुष्पगुच्छ आणू नयेत, असं बजावलेलं असल्यामुळं ते तसेच (म्हणजे हात हलवत!) आलेले असतात; पण आजूबाजूला कुणाकुणाच्या हातात

बुके, फुलांच्या करंड्या असं पाहून त्यांना अपराधीपण घेरून यायला सुरुवात होते.

प्रवेशद्वाराशी रांगोळीचा भलामोठा गालिचा अंथरलेला असतो. त्यावर पाय न पडता आत जाणं म्हणजे सर्कशीत कामाचा अनुभव आवश्यक असतो; पण तो नसूनही श्री व सौ अंग चोरत, उड्या मारत त्यावर पाय पडू न देता आत जातात. दारात तरतरीत चेहऱ्याचे उत्साही; पण अनोळखी कुणीकुणी त्यांचं स्वागत करतात. श्री व सौ आत जातात. त्यांची नजर यजमानांना शोधत असते; पण आत सुरू असलेली लगबग, अनोळखी चेहऱ्यांची ये-जा यात त्यांना यजमान कुठं दिसत नाहीत. ते दोघंही अवघडल्यासारखे त्यांना शोधत असतात. तितक्यात फेटा बांधलेले यजमान त्यांना सामोरे येतात. ते हात जोडून प्रसन्न हसतात.

"या, या नमस्कार. नमस्कार वहिनी." अगदी अगत्यानं म्हणतात. तितक्यात चेहऱ्यावरून घामासोबत कृतकृत्यता निथळणाऱ्या विशालकाय यजमानीणबाईही धापा टाकत तिथं येतात. बोलताना त्यांच्या नथीतला मोती दाताखाली सापडणार आता, या कल्पनेनं समोरच्यालाच कसंतरी होत असतं; पण पैठणीचं पोतेरं केलंय तिथं नथीचं काय, अशा आत्मविश्वासानं त्यांचा आनंदी वावर असतो.

"या, या" त्याही श्री व सौ यांचं तोंडभरून स्वागत करतात. श्री यजमानांशी बोलू लागतात तितक्यात यजमानीणबाई सौंचा ताबा घेतात.

"मुद्दाम रविवार ठेवला. सगळ्यांना येता यावं म्हणून!"

"हो ना" सौ.

"बाहेर निवांत जरा."

"हो ना" सौ नी पुन्हा होत हो मिसळलं.

"म्हटलं इथं प्रशस्त लॉन आहे आणि पार्किंगही भरपूर." यजमानीणबाई निर्णयप्रक्रियेतले 'फीचर्स' पटवत असतात. इथवर येतानाचे हाल आठवून सौ नुसतीच मान डोलवतात.

"पार्किंगची सोय आधी पाहायला हवी ना!" यजमानीणबाई गंभीर चेहऱ्यानं म्हणतात. जणू त्यांच्या बेचाळीस पिढ्या गाडीतच जन्माला आलेल्या असाव्यात; त्यामुळं त्यांच्या मनात पार्किंगचा विचार पहिल्यांदा

येत असावा. तितक्यात आणखी कुणीकुणी पाहुणे येतात तसं त्या सौ ना मंचाच्या दिशेनं जायला सांगून आलेल्यांच्या स्वागताला जातात.

मग श्री व सौ खास सजवलेल्या मंचावर अधिकच लखलखत असलेल्या उत्सवमूर्ती जोडीला शुभेच्छा द्यायला जातात. नवदाम्पत्याचं स्वतःकडं सोडून बाकी कुणाकडंच लक्ष नसतं. ते जागतिक महत्त्वाच्या चर्चेत गुंग असल्यासारखे असतात. पुन्हा कधी भेट होईल कोण जाणे, अशा आर्ततेनं ते एकमेकांशी बोलत असतात. त्यांच्या आजूबाजूला दुल्हे की सालियाँ हरे दुपट्टेवालियाँ उगीचच इकडंतिकडं तुरुतुरु फिरत असतात. कशावर कोण जाणे पण लोळेस्तोवर हसत असतात. शेरवान्या घातलेले दीदी के देवर गळ्यात उपरणी अडकवून 'जॉली'पणाची पराकाष्ठा करत असतात. त्यांच्या फसफसत्या उत्साहातून वाट काढत श्री व सौ नवदाम्पत्यापर्यंत पोहोचतात. बऱ्याच वर्षांपूर्वी त्या नवरदेवाला कधीतरी घरी टीव्हीला डोळे खिळवून मॅच पाहताना पाहिलेलं; त्यामुळं आता त्याला ओळखणं श्री व सौ दोघांनाही शक्यच नसतं; पण खास मेकअप, जरतारी शेरवानी, सोनेरी फेटा अशा साजातला नवरदेव म्हणजे 'तो'च तो हे लक्षात घेऊन "कॉंग्रेट्स...!" असं म्हणत श्री त्याच्याशी हस्तांदोलन करतात.

"आता हिला घेऊन घरी ये बरं का!" सौ नवरदेवाला बजावतात. त्यावर तो तोंड भरून होकार देतो. तीही सुशील-संस्कारी चेहऱ्यानं आज्ञाधारकपणे मान डोलवते. फोटोग्राफर आणि व्हिडीओ शूटिंगवाले निरनिराळ्या कोनांतून 'नेम' धरून असतातच. तितक्यात आणखी एक कळप हसत-खिदळत मंचावर येतो. त्याबरोबर श्री व सौ कोपऱ्यात फेकले जातात. त्या कळपातून कर्कश चीत्कार घुमतात. मिठ्यांचं आदानप्रदान होतं. हास्याचा गजर घुमतो... या गदारोळात श्री व सौ तिथून खाली उतरतात.

आजूबाजूला बरेच सालंकृत, भरजरी अनोळखी चेहरे दिसतात. काही ओळखीचे दिसतात. काहीजण अनेक वर्षांनी भेटतात. काहीजण पाहून न पाहिल्यासारखं करतात, तर कुणी तोंडओळखीचेसुद्धा जन्मजन्मांतरीचं नातं असल्यासारख्या गप्पा मारतात. काहींचे आकार ओळखू न येण्याइतपत पसरलेले असतात; त्यामुळं ते ओळखू येत नाहीत, तर काहींवर सरत्या काळाच्या लक्षणीय खुणा दिसू लागल्यामुळं.

मिळेल तिथं खुर्च्या पटकावून पाहुण्यांच्या अनेकविध विषयांवर विविधांगी चर्चा सुरू असतात... राजकारण ते जागतिक मंदी, ट्रॅफिक ते निवडणुका, तब्येतीची दुखणी ते आउटसोर्सिंग... या सगळ्या पार्श्वभूमीवर सनईचे सूर कधी वैतागवाणे, तर कधी सोयीचे वाटत असतात. कुणीकुणी 'एकला चलो रे'नुसार एकेकटे तरंगत असतात. कुणी तटस्थपणे एकेक खुर्ची अडवून स्थानापन्न असतात.

आता इथं बाकी करण्यासारखं काहीच नसतं. आता फक्त एकच महत्त्वाचा कार्यक्रम उरलेला असतो, तो म्हणजे जेवण! दोघंही पाहतात तर बुफेला ही ऽऽऽ मोठी रांग दिसते. त्या दोघांनाही हा प्रकार असून अडचण नसून खोळंबा वाटत असतो; पण तिथून न जेवता सटकणं शक्य नसतं. तितक्यात यजमानांचा एक प्रतिनिधी रसरसत्या उत्साहानं सगळ्यांना अगत्यानं जेवून घेण्याचा आग्रह करत असतो.

"काका, घ्या हं... निवांत होऊ दे... काकू, खुर्ची आणू का?... काय... नाही नाही... कोण म्हणालं... शरणभाई कुठं आहेत... आलोच मी..." अशी त्याची लगबग सुरू असते. काही करण्यापेक्षा बोलण्यावरच त्याचा अधिक भर असतो. तो विजेच्या वेगानं इकडून तिकडं आणि तिकडून इकडं तळपत असतो.

'सूप'साठी बरीच रांग दिसते, म्हणून श्री व सौ सूपाचा नाद सोडून सरळ ताटाएवढ्या 'प्लेट्स'च्या ढिगातील एकेक प्लेट उचलतात. त्यापाठोपाठ एकेक चमचा आणि दोन वाट्या... आणि टिश्शू पेपरची एक घडीसुद्धा! ती घडी नेमकी त्याच वेळी गुरुत्वाकर्षणाचा नियम पाळते. श्री कसनुशा चेहऱ्यानं पाहतात आणि तिथला माणूस त्यांच्याकडं 'काय पण ध्यान!' अशा आविर्भावानं. दोघंही मतदानाच्या रांगेत उभं राहिल्यासारखे वेगवेगळ्या रांगेत उभे राहून 'मेरा नंबर कब आयेगा' अशी वाट बघत असतात. त्यांच्याप्रमाणेच आणखीही काहीजण अवघडून उभे असतात. काहीजण मात्र सफाईदारपणे आणि सराईतपणे आपल्याला हवं ते, हवं तितक्यांदा पानात घेऊन उभ्यानंच मनसोक्त खात असतात. बाकी बहुतेकांच्या चेहऱ्यावर किंवा त्याहीपेक्षा मनात उगीचच आपण लाचार, अपराधी असल्यासारखे भाव का असतात कोण जाणे!

अखेर थोड्या फरकानं श्री व सौ दोघांचाही नंबर येतो. सुरुवातीला लोणची, चटण्या, लिंबाच्या फोडी स्वागत करत असतात. त्याशेजारी

सॅलड. त्यातल्या चकत्या चिमट्यानं उचलून कशाबशा पानात पोहोचतात. त्यापुढं एकेक पदार्थ मंदाग्नीवर उकळत असतात... 'डाळ' (आमटी नव्हे हं!), एखादी मिश्रभाजी, पनीर डेलिकसी... पापड, भजी, पकोडे, दहीवडा, रसमलई, परोठे, पुऱ्या, रोटी, पुरणपोळी, अळूच्या वड्या, ढोकळा, मिनी सामोसे, कटलेट, दहीबुत्ती, खिचडी, मसालेभात, पुलाव, रायता... या पदार्थांचे समूह मांडलेले असतात. शिवाय यजमानांचे आवडते मांडे आणि यजमानीणबाईंचे आवडते उकडीचे मोदकही! नेमकं काय आणि किती वाढून घ्यावं याचा विचार करायलाही वेळ नसतो. मागं रांग असतेच आणि वाढपीही "चला, पटपट पुढं चला," असं म्हणत नसले तरी त्यांची देहबोली तेच व्यक्त करत असते. अखेर जमेल ते थोडं थोडं घेऊन ओसंडून वाहणारी प्लेट कम ताट घेऊन दोघंही बाजूला येतात. फनी गेम्समध्ये चमचा-लिंबू शर्यत असते, तशा 'गेम'मध्ये आपण भाग घेतलाय असं क्षणभर श्रींना वाटून जातं. यातलं काहीही सांडायचं नाही (विशेषतः कपड्यांवर!) आणि शिवाय उभ्यानं खाता आलं पाहिजे! श्री व सौ हातात प्लेट घेऊन कुणी खुर्ची देता का खुर्ची अशी वाट पाहत असतात; पण खुर्चीवर अनेकांचा डोळा (आणि बूडं टेकलेली) असल्यामुळे तशी खुर्ची कुठली आलीय मिळायला... एकूणात आधी खुर्ची मिळायची म्हणजे कठीणच असतं; पण इतक्या सगळ्या वैभवात फक्त खुर्च्याच मर्यादित संख्येत का असतात, असा प्रश्न श्री ना पडतो; पण त्याचं उत्तर (आणि खुर्ची) अर्थातच मिळणार नसते. काही नशीबवान लोक खुर्च्या पटकावून सुखाने जेवत असतात. काही आया तीन-तीन खुर्च्या घेऊन (एक स्वतःला, एक मुलाला आणि एक ताटाला... मग? साडी खराब होणार नाही का?) पोराला भरवत असतात. काही आया पोरांसाठी चिऊ-काऊचे घास घेऊन त्यांच्या मागं धावत असतात. काही वयोवृद्धांची प्लेटशी आणि रोटीशी झटापट सुरू असते. काही वयस्कर त्यांच्या तुलनेनं तरुण असणाऱ्यांमार्फत एकेक पदार्थ मागवून सुखेनैव रवंथ केल्यासारखे जेवत असतात. या गलबल्यात श्री व सौ ना एका कोपऱ्यात जागा मिळते. सौ जात्याच चतुर आणि हुशार. त्या शिताफीनं एक खुर्ची पटकावतात. श्री ना मात्र उभं राहावं लागतं. त्यांच्या प्लेटमध्ये एव्हाना बोडणसदृश स्थिती निर्माण झालेली असते. पुलाव आणि रायत्याचं मिलन झालेलं असतं. त्या संगमातच

एक भजं न्हाऊन निघतं. पुरीची ‘हवा’ गेलेली, सॅलडमधली दातऱ्यादातऱ्याच्या नक्षीची काकडीची चकती आमटीच्या वाटीखाली पिचलेली... असा आजूबाजूच्या गोंधळासोबतच प्लेटमध्येही गोंधळ माजलेला असतो. सौ नी वाढून घेताना बरीच हुशारी दाखवलेली असते; त्यामुळं त्या मोजक्याच पदार्थांचा बऱ्यापैकी आस्वाद घेत असतात. श्रीं ची मात्र चांगलीच गोची झालेली असते... अगदी सहन होत नाही आणि सांगताही येत नाही अशा प्रकारची. त्यांना उभं राहून खाणं मुश्कील झालेलं. त्यातच प्लेटमध्ये पदार्थांची लंगडी, खो-खो, कबड्डी रंगलेली; त्यामुळं ते कसंबसं खात असतात. तितक्यात त्यांना एक समदुःखी (!) भेटतो. श्री त्याच्याशी बोलण्यात रंगतात... ऑफिस, नोकरी, पॉलिसीज... जरासे ‘डायव्हर्ट’ होतात... पानात चिवडत राहतात. त्यांना एक तळलेला पापड घ्यावा असं मनापासून वाटत असतं; पण पुन्हा रांगा पार करत कुठं जायचं म्हणून ते ही कल्पना मनातच मोडून टाकतात... पापडाच्या तुकड्यासारखी. त्यापुढं ‘फ्रूटडिश’ आणि आइस्क्रीमलाही तोबा गर्दी असते.

श्रीं ना अचानक अण्णांची आठवण होते. अण्णा नेहमी भडकायचे, ‘‘निवांत पंगत मांडावी. लोकांनी सुखानं जेवावं. तृप्त व्हावं... ते सोडलं आणि इथं हातात कटोरा घेऊन उभं राहायचं भिकाऱ्यासारखं...’’

अण्णांच्या बोलण्यावर नातवंडं फिदीफिदी हसायची...

‘‘अहो अण्णा, सोयीचं पडतं ते. जागा कमी लागते. पंगत उठायची वाट पाहावी लागत नाही. शिवाय अन्नाची नासाडी होत नाही.’’

‘‘काय नासाडी होत नाही? तुमच्या त्या प्लेटांमध्ये कुणी टाकत नाही होय रे? अरे, खाऊन माजा रे, टाकून माजू नका...’’ अण्णा कळवळून म्हणायचे...

‘‘चला, निघू या?’’ सौ च्या प्रश्नानं श्री भानावर येतात. मग ‘बहु गलबल्या’तून दोघंही पार होतात.

एव्हाना मंचावर नवदाम्पत्याचं फोटोसेशन सुरू झालेलं असतं. विविध दूरचित्रवाहिन्यांवरील मालिकांतील सुप्रसिद्ध मुद्रा, ‘टायटॅनिक’फेम पोज अशा (ठरवून) रम्य स्मृती जपण्याचा सोहळा सुरू असतो. श्री व सौ यजमानांना त्या गर्दीतून शोधून काढून त्यांचा निरोप घेतात. आभाराची

देवाणघेवाण आणि काही निरर्थक वाक्यांचं आदानप्रदान होतं.

“घेतलंत ना सगळं?” ते आस्थेनं विचारतात.

“हो, हो.” श्री व सौ तोंडभरून कौतुक करतात.

“खूप छान झालं हं... आणि सूनबाईही छान आहेत.” सौ पावती देतात.

यजमानीणबाई तुपात न्हाऊन निघाल्यासारख्या चमकतात.

श्री व सौ बाहेर पडतात. बाहेरचा अंधार जरा जास्तच गडद वाटतो आणि शांतता सुखद वाटते. मोकळ्या हवेची झुळूक अंगावरून जाताच बरं वाटतं. त्यांना बाहेर पडताना पाहून तो पहारेकरी पुन्हा कान टवकारून सज्ज होतो. उगीचच दोन-चार शिट्या फुंकतो. श्री व सौ आपली गाडी शोधू लागतात. सौं नी एका होर्डिंगची खूण लक्षात ठेवलेली असते. त्यावरून गाडी सापडणं थोडं सोपं होतं. मग तिथून गाडी बाहेर काढण्याचं दिव्यही यथासांग पार पडतं.

गाडी हमरस्त्याला लागते. थोडा वेळ कुणीच काही बोलत नाही.

“भेळ खायची...?” काही वेळानं श्री विचारतात.

“चला.” त्यांचा प्रश्न अपेक्षित असल्यासारखं आणि तो पूर्ण होण्याआधीच सौ होकार देतात.

गाडी भेळेच्या गाडीच्या दिशेनं धावू लागते.

❖

लाइक्स अँन्ड डिसलाइक्स

पूर्वी घराच्या बैठकीच्या खोलीत दर्शनी भागात लावलेले फोटो आठवतायत? त्यात घरातल्या सगळ्यांचा एकत्र कृष्ण-धवल फोटो असायचा. घरातली ज्येष्ठ बुजुर्ग, कर्ती आणि मंडळी पारंपरिक पोशाखात, गंभीर चेहऱ्यानं एका रांगेत मांडलेल्या लाकडी खुर्च्यांत आसनस्थ असायची. त्यांच्यापेक्षा तरुण मंडळी त्यांच्या मागच्या रांगेत उभी असायची. सोबत त्यांच्या सहधर्मचारिणी नथबिथ घालून असायच्या आणि बसलेल्यांच्या मांडीवर पुढच्या रांगेत डझनभर पोरं बसलेली असायची... कुणी तिसरीकडंच बघत, कुणी फोटोसाठी सुपर-एक्सायटेड, तर कुणी दुर्मुख रडक्या चेहऱ्यानं! मण्यांची बाळं आणि बटणांच्या सशांच्या फ्रेम्ससोबत असे जुनाट ग्रूप फोटो घराघरांत हटकून दिसत.

असे फोटो, तसंच लग्न-मुंजी वगैरे समारंभ, पदवीप्रदान, परदेशगमन, 'दाखवण्याचा' फोटो आणि लहान मुलांचे पालथ्या पोझमधले चार फोटो सोडले तर फोटो या प्रकाराला फारसं महत्त्व नव्हतं.

हळूहळू आयुष्यातले संस्मरणीय क्षण टिपून ठेवणं अगदी सोपं होत गेलं. ट्रिप्स, गॅदरिंग, गेटटुगेदर अशा सर्वच कार्यक्रमांच्या फोटोंची अल्बम्समध्ये भर पडू लागली... आणि आता कुठलेही क्षण टिपून ठेवणं, ते सर्वांशी 'शेअर' करणं ही जणू गरज बनली आहे. आता तर फोटो काढण्यासाठी दुसरं कुणी सोबत असावंही लागत नाही. 'सेल्फी'नं स्वावलंबनाचा मंत्र दिला आहे. अशा सर्व क्षणांच्या 'लाइक'चं सोशल नेटवर्किंगवर भलतंच प्रस्थ दिसतंय... इतकं की, माणसं आयुष्यातले क्षण फोटोत टिपतात की फोटोसाठी अशा क्षणांची निर्मिती करतात,

त्यांच्या प्रेमात पडतात आणि त्यासाठीच जगतात असं वाटण्याइतकं! सोशल नेटवर्किंग हे बहुतेकजणांचं मनोरंजन, टाइमपास, शेअरिंग आणि कशाकशाचं माध्यम बनलं आहे.

"माझ्या 'स्वीट हार्ट'ला (म्हणजे बायको) वाढदिवसाच्या शुभेच्छा!" असं इथं डंका पिटून सांगावं लागतं, सोबत अर्थातच सुखी संसारांचं आनंदी चित्र दाखवणारे फोटो असतातच!

"मी अमुकतमुक सिनेमाला आलोय." सोबत 'रिलॅक्स' मूडमधला पॉपकॉर्न किंवा शीतपेयासोबतचा फोटो हे ओघानं आलंच!

"माझ्या 'लिट्ल एन्जल'ला (म्हणजे मुलीला) चमचा-लिंबू स्पर्धेत उत्तेजनार्थ बक्षीस मिळालं." सोबत दातपडक्या मुलीसह माता-पिता कृतकृत्य चेहऱ्यानं!

"माझ्या प्रिन्सचा पहिला दात पडला."

"या गरमागरम भजी खायला..."

"आजीचा आशीर्वाद घेतला..."

"पाऊसधारा अंगावर झेलतेय..."

"चला, पोकळ्याची भाजी केलीय, कोण कोण येणार खायला?" अशा प्रकारे काहीही फोटोसहित 'शेअर' केलेलं असतं.

म्हणजे पोकळ्याच्या स्टेटस सोबत पोकळ्याच्या पातळ भाजीची नक्षीदार वाटी आमंत्रण देत असते.

मग त्याला कित्येक 'लाइक्स!'

काहींना 'डिसलाइक' हा ऑप्शन अजून का लाभला नाही, याची मनोमन हळहळ...

तर काहींच्या कॉमेंट्स

"मम्मं... वा!"

"लसणाची फोडणी दिली आहेस का?"

"मला आत्याच्या हातची भाजी आठवली." म्हणून कुणी आठवणींत हरवलेलं.

पोकळ्याच्या देठांचं काय काय करता येतं यावर उपाख्यान, तर 'ही भाजी भाकरीशी चांगली लागते की पोळीशी' या विषयावर सुरू झालेली उपसंवादाची गाडी नाचणी/तांदूळ/शाळूची भाकरी या विषयाप्रत आलेली...

एरवी कश्श्याऽकश्श्याला म्हणून वेळ न मिळणाऱ्या, कार्यबाहुल्यामुळं काही म्हणून काही करता न येणाऱ्या 'बिझीएस्ट' माणसांना तो तो क्षण पार होण्याआधी त्याचा फोटो लावायला... त्यावर चर्चा करायला, वाद घालायला, विरोध करायला, कौतुक करायला, सहभागी व्हायला, सतत 'फॉलो' करायला मात्र सहज वेळ असतो.

कधीकधी वाटतं, फोटोतले सगळे रंग खरंच असेच... म्हणजे जसे दाखवण्याचा प्रयत्न केला आहे किंवा जसे दिसताहेत तसेच असतात का? की हासुद्धा माणसाचा वरवरचा, दाखवण्याचा भाग झाला आहे?

मुळात आपल्याकडं आभार, धन्यवाद, विशिष्ट प्रसंग अथवा दिवस यासाठी पारंपरिक शब्दरचना किंवा त्यांचा प्रत्यक्ष वापर याची फारशी पद्धत नाही. (हॅपी शिमगा, हॅपी कोजागरी, हॅपी नागपंचमी, हॅपी वटपौर्णिमा, अंगारकीच्या शुभेच्छा! हे अलीकडं सुरू झालंय!)

छान वाटणं, छान दिसणं अशा गोष्टींवर उघड अभिप्राय देण्याची किंवा जे मनापासून वाटलं ते व्यक्त करण्याची फारशी पद्धत नाही. ते देणाऱ्या व घेणाऱ्या दोघांनाही जरा अवघडल्यासारखंच होतं, शिवाय हे व्यक्त करण्यासाठी आजवर तसं माध्यम नव्हतं (किंवा 'ॲक्सेस' नव्हता) त्यामुळं हे माध्यम सोयीचं व छान वाटू लागलं असेल का? आपल्याला गवसलेले आनंदाचे, मौजेचे, गमतीचे आणि हवेहवेसे, मनात जपून ठेवण्याजोगे क्षण इतरांना सांगणं एवढाच माणसाचा उद्देश असतो की हा स्वतःच्या 'इमेज बिल्डिंग'चा प्रयत्न असतो?

आपली समाजरचना आणि सामाजिक संकेत यामुळं एरवी जे शोधणं किंवा सापडणं शक्य होत नाही, ते आपल्या रंगाशी मिळतेजुळते रंग या माध्यमातून गवसतात, म्हणून तर ते हवंहवंसं वाटत नसेल? की आपण स्वतःच निर्माण केलेल्या प्रतिमांमध्ये आकंठ बुडून जाणं सुखद वाटतं म्हणून...?

अगदी बारीकसारीक (म्हणजे इतरांच्या दृष्टीनं तर काडीच्या महत्त्वाच्या किंवा नोंद घेण्याजोग्या नसलेल्या) गोष्टी इथं का सांगाव्याशा वाटतात? दुसऱ्याचा विचार खोडून काढावा अशी तीव्र ऊर्मी का दिसते? एखाद्या मुद्द्याला अनेक पैलू असू शकतात किंवा प्रत्येकाच्या अनुभवविश्वाच्या आधारे मतं वेगवेगळी असू शकतात. याचं भान का दिसत नाही? नाही पटलं तर दिलं सोडून असा उदार विचार किंवा दुसऱ्याच्या मताचा

आदर करण्याइतपतसुद्धा सहिष्णुता का दिसत नाही?... माणसाला नक्की काय साध्य करायचं असतं?

आणखी गंमत म्हणजे, माणसामाणसांतलं अंतर वाढत चाललंय, दरवाजे जास्त जास्त घट्ट होत चाललेत असं एकीकडं म्हटलं जात असतानाच, माणूस आपल्या आयुष्यातले अगदी खासगी कप्पे, फोटो इतर तपशिलांसह अवघ्या जगाशी 'शेअर' करतोय. त्यात आणखी भावनाही 'अपलोड' करतोय! ओळखीच्या परिघापेक्षा हे अनोळखी विश्व का बरं जवळचं वाटू लागलं असेल?

'हे आमच्या छतावरचं नवं कोळिष्टक' किंवा 'आज मला मळमळतंय' अशा तपशिलांपासून, फीलिंग 'अमुक', फीलिंग 'तमुक' अशा आंतरिक बाबींपासून, एखाद्याशी 'बिनसलं'पासून ते 'गॉट एंगेज्ड'पर्यंत ते 'इथून पुढं मी स्टेट्स देणार नाही.' हे स्टेटस द्यायलासुद्धा हाच मार्ग का बरं चांगला वाटू लागला असेल? एनी 'कॉमेंट'?... ॲटलिस्ट 'लाइक?'

❖

परीक्षा एके परीक्षा!

"**च**ला, उठा, किती वाजले माहितंय का... परीक्षा आलीय ना चार दिवसांवर?"... या भूपाळीनं आपल्या बालपणीच्या कित्येक सुप्रभाती जागल्याचा आपल्या सर्वांचाच अनुभव असेल. नेमेचि येणाऱ्या पावसाळ्यासारख्या नेमेचि येणाऱ्या आणि सतत भीती दाखवत पीडणाऱ्या परीक्षा आपल्याला कळायला लागल्यापासून मानगुटीवर बसलेल्या आहेत. शाळेत जायला लागल्यापासून परीक्षानामक पापग्रह लेखी, तोंडी, टेस्ट, चाचणी, मिडटर्म एक्झॅम, सराव परीक्षा, सरप्राइज टेस्ट अशा वेगवेगळ्या नावांचा मुखवटा घालून जो आपल्या राशीला लागतो, तो शिक्षणाचा अखेरचा भोज्जा पार करेपर्यंत आपल्याला छळत राहतो.

काहीजण मात्र हौसेनं परीक्षा देत आयुष्यभर काय काय शिकत, पदव्या गोळा करत राहतात; अशा बहाद्दरांना मला दंडवत घालावासा वाटतो!

मला शाळेतले दिवस आठवतात. तेव्हा वर्षभर या ना त्या नावानं परीक्षा सुरूच असायच्या. त्याला घटक चाचणी म्हणा, नुसती चाचणी म्हणा, तिमाही-सहामाही काहीही नाव द्या... परीक्षा ती परीक्षाच ना! तर अशा या परीक्षांच्या मालिकेत मुख्य असायची ती वार्षिक परीक्षा. बाहेर उन्हाळ्याची चाहूल असायची. ऊन मी म्हणत असायचं. अभ्यासाचा तर एवढा डोंगर समोर उभा असायचा; पण नेमकी त्याच वेळी झोप अतिशय प्रसन्न असायची. दहावी आणि बारावीची परीक्षा संपवून सैलावलेले मित्र-मैत्रिणी, बहीण-भावंडं मस्तपैकी आरामात मजेत असायचे.

घरात लोणची-पापड-शेवया असले ज्यात लुडबुडण्याचा मोह आवरू नये असले उद्योग सुरू असायचे, कधी कुणा नातेवाइकाच्या लग्नाची लगबग सुरू असायची, त्यात डोकावण्याचं कुतूहल स्वस्थ बसू देत नसायचं... आणि त्यातच वार्षिक परीक्षा समोर उभी ठाकलेली असल्यामुळे सक्तीनं अभ्यासाला बसावं लागायचं. (म्हणजे 'सक्तीनं' हे काही वेगळं सांगायची गरज नाही, अभ्यासाला कुणी खुशीनं बसतं का?) त्या सीझनमधल्या काकड्या-कलिंगडं-कैऱ्यांचा आस्वाद घ्यायचा असू देत किंवा अतिशय रसपूर्ण अशा अभ्यासेतर सर्व गोष्टींकडं जरासं वळायचं असू देत. 'परीक्षा आहे ना आता, जरा जपून... आणि अभ्यास करा' हा धाकाचा उपदेश सतत ऐकावा लागत असे. त्यानंतर एकदाची परीक्षा सुरू व्हायची.

आपण अभ्यास केलाय त्यातलंच परीक्षेत येईल ना, पेपर अवघड तर नसेल ना, ऐनवेळी आपल्याला सगळं आठवेल ना, पेपर वेळेत लिहून होईल ना, आपण जे जे 'ऑप्शन'ला टाकलंय, ते ते हटकून परीक्षेत विचारणार नाहीत ना... अशी धाकधूक मनात घेऊन परीक्षेला जावं लागायचं. प्रश्नपत्रिका हातात पडली की, कधीकधी अक्षरशः ब्रह्मांड आठवायचं... हा भाग आपल्या 'सिलॅबस'मध्ये होता याचा नव्यानं साक्षात्कार घडायचा... अशावेळी एकापाठोपाठ एक पुरवण्यांचा फडशा पाडत भराभर पेपरवर अक्षरशः तुटून पडणाऱ्यांचा कोण हेवा वाटायचा! कधीकधी मात्र पेपर अपेक्षेपेक्षा ऽऽ बरा जायचा, तेव्हा हुश्श ऽऽ व्हायचं.

असं होता होता एकदाची परीक्षा संपायची. "पेपर कसे गेले?" असं कुणी विचारलं, तर "गड्ड्यातनं गेले" किंवा "पांढरे आले होते, निळे होऊन गेले." असले काहीतरी 'पीजे' मारत, एकदाची परीक्षा संपली या आनंदात सारेच सुट्टीत अगदी रमून जात असत.

इतके दिवस सतत डोळ्यांवर जाड पांघरुणासारखी पसरून असलेली झोप कशी चुटकीसरशी पळून जायची आणि मग पोहायला शिकणं, सायकल शिकणं, गावाला जाणं, पत्ते-कॅरम-व्यापार अशा खेळांत, वेगवेगळ्या गोष्टींत सुट्टी कशी मस्त मजेत संपत असे. त्या काळी छंदवर्ग आणि शिबिरांचा सुळसुळाट नव्हता; त्यामुळं सुट्टी प्रत्येकाला हवी त्या पद्धतीनं जात असे; पण म्हणतात ना, सुखाचा काळ नेहमी

अल्प असतो किंवा आपल्याला तो अल्प वाटतो असं म्हणू या, तसा हा सुट्टीचा सुखाचा काळ पटकन संपायचा आणि पुन्हा नवं वर्ष... अर्थातच नव्या परीक्षा हे चक्र सुरूच राहायचं.

...असेच दिवस सरले... अखेर एकदाच्या परीक्षा संपल्या, म्हणजे शैक्षणिक अभ्यासाशी संबंधित परीक्षा संपल्या; पण मनातला परीक्षेचा बागुलबुवा मात्र आठवणींत आणि स्वप्नात आपलं अस्तित्व दाखवत राहिला. स्वप्नंसुद्धा काय पडावीत... मी परीक्षेला चाललेय; पण पाय पटपट उचललेच जात नाहीत किंवा समोर वेगळ्याच विषयाचा पेपर आलाय... अशी स्वप्नं आजही दचकवत असतात एवढं खरं!

शिक्षणाशी संबंध संपल्यानंतर मला वाटलं होतं, चला, आता परीक्षा हा विषय कायमचा टळला! पण छे! त्यानंतर काही काळानं 'मुलांच्या परीक्षा' हा विषय आपली परीक्षा घेण्यासाठी तयारच आहे हे तेव्हा कुठं माहीत होतं? आपल्या परीक्षा निदान पहिलीपासून तरी सुरू झाल्या; पण आता नुकतंच कुठं चालायला-बोलायला लागलेल्या एवढ्याशा चिमुरड्यांच्या 'प्ले स्कूल'पासून परीक्षा! (मग त्याला 'प्ले स्कूल' कशाला म्हणायचं कुणास ठाऊक!) हातात खडू मिळाला की, भिंतीपासून ते फरशीपर्यंत आपल्या अंगापासून ते कुठल्याही वस्तूपर्यंत कुठंही चित्रकारी दाखवण्याच्या वयात, विशिष्टच चित्र किंवा ठरावीकच आकार काढून त्याला मार्क किंवा ग्रेड घ्यावी लागणाऱ्या जमान्यातली ही मुलं... त्यांच्या परीक्षा तर आपल्याही आधीपासून सुरू झाल्या आहेत.

आणि त्यानंतर जसजशी इयत्ता पुढं सरकेल, तशी मुलांची परीक्षा आहे की आई-बाबांची, अशी शंका येण्याजोगं चित्र आहे. वाढत्या स्पर्धेत मार्कांसाठी आटापिटा करणं अगदी अपरिहार्य असलं, तरी कुठं कुठं हे इतकं टोकाला गेलेलं दिसतंय की, घरातलं मूल दहावी किंवा बारावीला जाणार म्हटलं की, आधीपासूनच ते घर 'दुखणाईत' होऊन जातं. प्रत्यक्ष त्या त्या वर्षी तर अखखं घर 'एक्झॅम फीवर'नं ग्रासलेलं दिसतं आणि तेवढा काळ त्यांचा जणू जगाशी संपर्क तुटून ते एखाद्या बेटावर राहत असल्यासारखं वाटतं.

तुम्हालाही आठवत असेल... आपल्या परीक्षा असायच्या तेव्हा आपल्या घरचे आपल्याला पहाटे उठवून अभ्यासाला बसवणं यावर

मुख्य भर द्यायचे, क्वचित स्वतः शिकवायचे; पण ते आपल्या बरोबरीनं 'टेन्शन' वाहताहेत असं कधी जाणवायचं नाही. याचा अर्थ त्यांना काळजी नव्हती असं नाही; पण ते अशा प्रकारचा आटापिटा करत नव्हते एवढं मात्र नक्की! आणि एकत्र कुटुंबात इतक्या मुलांसाठी असा वेळ देणंही त्यांना शक्य नव्हतं.

मुलंसुद्धा कशी असतात बघा हं... काहींची मुलं म्हणजे कशी गुणाची बाळं असतात. गृहपाठाच्या वह्या, अभ्यास सगळं कसं जिथल्या तिथं, जागच्या जागी, टापटिपीचं! परीक्षेची तयारी कशी चोख! मार्कांच्या बाबतीत म्हणाल तर गुणांचा गुणाकार! पण आमच्या बाबतीत मात्र असलं स्वप्नवत् काही घडत नाही. परीक्षा हा प्रकार अजूनही आमच्या बाबतीत सौम्य रूप धारण करायला काही तयार नाही. आमची मुलं परीक्षेचं टेन्शन-बिन्शन घेणं वगैरे सोडाच; पण अगदी स्वस्थचित्त, स्थितप्रज्ञ वगैरे म्हणावं अशा प्रकारातली! परीक्षा-अभ्यास असल्या निरर्थक गोष्टींच्या मायाजालात कशाला गुंतून राहायचं असा! 'पोहोचलेला' विचार करणारी; त्यामुळं परीक्षानामक भूत, त्याची भीती पुन्हा एकदा मानगुटीवर बसलीच.

मग मुलांच्या जोडीनं स्वतःचा अभ्यास करणं आलं, त्यातल्या संभाव्य प्रश्नांची तयारी करून घेणं आलं, त्यांना अभ्यासाचा कंटाळा आला की, आपणच त्यांना पुस्तकं-गाइड वाचून दाखवायची. आपणच संयम ठेवायचा; पण त्यांचा मूड जाऊ द्यायचा नाही वगैरे गोष्टी ओघानंच आल्या. वर आणखी "तुम्ही त्यांना 'स्पून फीडिंग' करताय, ते चांगलं नाही." असले सल्ले ऐकावे लागतात ते वेगळेच!

आणि एवढं करूनही, मुलं परीक्षेहून घरी आल्यानंतर प्रश्नपत्रिका पाहून त्यांना "कसा गेला पेपर?" असं घाबरत घाबरतच विचारलं की, त्यावर एका शब्दाचं उत्तर...

"बोअर!"

"म्हणजे?" आपण काकुळतीला आलेले.

"बोअर होता..."

"अरे, तुला आलं ना सगळं?"

"बघू या..."

आता काय बघू या... कुठल्या पंचांगात बघू या? असा प्रश्न पडून

काही उपयोग नसतो.

पेपर बोअर होता... शिकवणाऱ्यांना शिकवताच येत नाही - पेपर काढणाऱ्यांना तो कसा असावा ते समजत नाही... मी जे 'ऑप्शन'ला ठेवलं होतं, त्यावरच जास्त विचारलं होतं. प्रश्न 'आउट ऑफ सिलॅबस' होते, पेपर 'सही' नव्हता... यांसारख्या कुठल्याही गोष्टींवर मुलांनी खापर फोडलेलं असतं; पण आपण यातलं काहीही करू शकत नाही. आपण फक्त एकच करू शकतो आणि ते आपण करत असतोही, ते म्हणजे... व्यर्थ काळजी!

सगळ्यात कळस म्हणजे, शाळेच्या परीक्षेहून घरी आलेल्या मुलाला त्याची प्रश्नपत्रिका पाहून 'अमक्या प्रश्नाचं तू काय उत्तरं लिहिलंस?' असं विचारलं, तर तो अगदी सहजपणे सांगतो,

"कशाचं?... कुठं आहे? अरे, हे आलं होतं होय? मला हा प्रश्न दिसलाच नाही."

आता हे ऐकल्यावर आई-बाबांना दिवसा तारे नाही दिसले तरच नवल!

त्या जोडीनं मुलांच्या अभ्यासाबरोबरच, इतर भौतिक तयारी करून देणंही ओघानंच येतं, म्हणजे त्यांना शाळेत नेऊन सोडणं, परत घेऊन येणं, परीक्षेला जाताना पेन घेतलंस का, जादा एक-दोन पेनं घेतलीस का, पेन्सिल घेतलीस का, तिला टोक केलंय का, कंपास-करकट, पट्टी, आकृत्यांसाठी आवश्यक साधनं, रुमाल, हॉल-तिकीट, ओळखपत्र.... एक ना हजार... या बाबतीत हल्या हल्या करून त्यांना कार्यप्रवृत्त करणं, काही गोष्टी आपणच करून मोकळं होणं, अशा प्रकारे परीक्षानामक मोहिमेच्या तयारीची जबाबदारी आपल्यावरच असते ना!

त्यातसुद्धा मुलांच्या दहावीसारख्या पहिल्यावहिल्या अतिमहत्त्वाच्या परीक्षेला तोंड देताना आपलीच दमछाक होते,

परवाचाच प्रसंग - दहावीची परीक्षा सुरू होती. एका परीक्षा केंद्राबाहेर काही बायकांचा घोळका उभा होता. त्यात एक मैत्रीण दिसली. तिला म्हटलं, "इकडं कुठं?"

"अगं, इथं नंबर आलाय ना?" ती डोळे खोल गेलेल्या, ओढलेल्या चेहऱ्यानं गंभीरपणे म्हणाली.

त्यानंतरच्या अर्ध्या तासात मला अभ्यास आणि अभ्यासेतर

तयारीच्या, थोडक्यात सांगायचं तर या टेन्शनच्या इतक्या सुरस आणि रम्य कहाण्या ऐकायला मिळाल्या की, काय सांगू! कुणी मुलीला सकाळी वरण-भात भरवते म्हणून सांगत होती, कुणी 'एनर्जी ड्रिंक'चा महिमा सांगत होती तर कुणी रात्रभर मुलासोबत जागले म्हणून सांगत होती...

परीक्षा, अभ्यास, तयारी हा विषय मनोभावे चघळता चघळता मैत्रीण म्हणाली,

"अगं, काय काय ऐकायला मिळतं एकेक... कुठं ऐनवेळी नंबरच दुसरीकडं आले. कुठं पेपरच वेळेत आले नाहीत... म्हणून थांबलोय आम्ही." त्यावर बाकीच्या चिंतातुर जंतूंनी तिची री ओढत त्यात आणखी भर घातली.

"परवा ऐकलंत ना... पेपरचे गठ्ठेच गहाळ झाले म्हणे!" एक बाई म्हणाली.

"हो हो, रेल्वेतनं पडले की काय... तेच ना!" आणखी एकजण घाबरून म्हणाली.

"काही गठ्ठ्यांना आग लागली म्हणे..." आणखी एक स्रोत वदला.

साऱ्याजणी भयव्याकूळ होऊन अधिकच ओढल्यासारख्या दिसू लागल्या. तेवढ्यात एक बाई म्हणाली,

"काय हो, आज बीजगणिताचाच पेपर आहे ना?"

त्यावर बाकीच्यांनी छातीचे ठोके चुकल्यासारखा चेहरा करून तिच्याकडं पाहिलं. ज्यांना ठाम खात्री होती, त्याही जराशा डळमळल्यासारख्या झाल्या. मग सगळ्याजणींनी मिळून आत्ता बीजगणिताचाच पेपर आहे ना, याची दहादा खात्री करून घेतली. हा चिंतेचा किडा किती संसर्गजन्य असतो बघा!

एकूण काय, परीक्षा काही पाठ सोडणार नाहीत, हे स्वीकारून सुट्टीचे 'ब्रेक' मजेत अनुभवावेत हे उत्तम नाही का?

❖

(च) कलियोंका चमन...

चकली हा आपल्याकडचा एक पारंपरिक पदार्थ आहे, हे आपल्याला माहीतच आहे. आता सर्रास नेहमीच्या खाण्यात दिसणारा आणि 'स्नॅक्स' वर्गात मोडणारा हा पदार्थ पूर्वी फक्त 'फराळ' नामक पाकसिद्धीतच मुख्यत्वे असायचा. आणि हा फराळ दिवाळीच्या वेळी, गौरी-गणपतीच्या वा चैत्रगौरीच्या आराशीत मांडण्यासाठी, रुखवतासाठी वगैरेच बनायचा. त्यामुळं, म्हणजे तो सर्रास उपलब्ध नसल्यामुळे त्याची अपूर्वाई होती. आता तशी अपूर्वाई नसते. चकलीचीच नव्हे तर कशाचीच नसते. आता सगळ्या गोष्टी 'बाहेर' मिळतात, 'घरगुती' असं लेबल लावून मिळतात. पूर्वी मात्र सगळे पदार्थ घरीच बनत असत आणि प्रत्येकाच्या घरच्या फराळाची चव अर्थातच वेगवेगळी असायची.

चकली हा पदार्थ न आवडणारा माणूस माझ्या पाहण्यात नाही. चकली चावत नाही अशी अडचण पाहिली आहे; पण चकली आवडत नाही असा माणूस अजून तरी पाहिलेला नाही. आता चकलीचेही विविध प्रकार दिसू लागले आहेत. बटर चकली, पालक चकली (कशातही पालक घातला की त्याचं पोषणमूल्य प्रचंड म्हणजे प्रचंड वाढल्याचं विलक्षण समाधान असतं, नाही!), तांदळाच्या पिठाची चकली, ज्वारीच्या पिठाची चकली असे चकलीचे 'इनोव्हेटिव्ह' प्रकार येत असतात; पण खरी चकली ती भाजणीचीच!

लहानपणी तर फराळातला हा एकच 'आयटम' इतका प्रिय होता, की आम्ही आईला नेहमी म्हणायचो, तू फराळाचे इतके पदार्थ करायचा व्याप कशाला करतेस, त्यापेक्षा तू मोठ्ठा डबा भरून फक्त चकल्या

कर! पण तसं काही होत नसे. फराळाचे ताट सजवणारे इतर गोड-तिखट-खारे पदार्थ बनतच असत; पण त्यामध्ये सर्वप्रथम चकलीच उचलली जात असे आणि फराळातला हा पदार्थ सर्वांत आधी संपत असे!

फराळातले बाकीचे पदार्थ आहे त्या स्वरूपात 'रॉ' खाल्ले जात असत; पण चकलीला मात्र दह्याची किंवा लोण्याची स्निग्ध सोबत असे. त्यातसुद्धा कुणाला लोणी-चकली हे 'कॉम्बिनेशन' आवडत असे, तर कुणाची दही-चकलीला पसंती असे. तसंच, फराळ संपत आला की, तिखट फळीतल्या उरल्यासुरल्याची झणझणीत मिसळ होत असे, त्यात डब्याच्या तळात उरलेले (म्हणजे चुकून उरले असले तर) चकलीचे तुकडे सन्मानाने रवाना होत असत.

पिवळसर-तपकिरी रंग, मध्यापासून सुरू होऊन गोल वेढे घेत चक्राकार धारण करणाऱ्या चकलीच्या अंगावर नाजूकशा काट्यांची कलाकुसर असते आणि तिच्या अंतरंगात पोकळी... म्हणजे तिला 'नळी पडलेली' असते. हे झालं चकलीचं आदर्श रूप आणि ती खमंग, खुसखुशीत होणं हा झाला तिचा आदर्श गुण... पण प्रत्येक वेळी चकली याच रंगरूपाची बनते असं नाही. वरकरणी अगदी साधा, रूटीन वाटणारा हा पदार्थ सगळ्यांना साधतोच असं नाही. त्यामुळं चक्री, मुरुक्कू अशा नावांनीही ओळखल्या जाणाऱ्या या पदार्थाची आंतरिक गुणवैशिष्ट्ये, रंग, पोत, आकार आणि अर्थातच चव घरोघरी बदलत जाते. बाहेर मिळणाऱ्या पाकीटबंद, ठरावीक मापाच्या व रंगरूपांच्या चकल्यांसारखं या चकल्यांचं नसतं. त्या आकार, रंग, पोत आणि गुणही वेगवेगळे घेऊन येतात. कुणी फिकट, तर कुणी गडद, कुणी आकारबद्ध तर कुणी पसरट, अजागळ. त्यांच्यापैकी कुणी जात्याच नरम असतात, तर कुणी अतिशय कडक स्वभावाच्या असतात (म्हणजे खाणाऱ्याच्या दृष्टीने दातपाडी!) काहीजणी हातात घेतल्याबरोबर फक्कन हसून अगदी 'आरओएफएल' (म्हणजे रोलिंग ऑन फ्लोअर लाफिंग) होतात. काहीजणी अगदी ढिम्म आणि मद्दड माणसासारख्या असतात. काहीजणी दिसायला ओबडधोबड; पण स्वभावाने चवदार व खमंग असतात, तर काहींचे फक्त बाह्यरूपच साजिरे असते. चवीच्या नावाने उजेड असतो. काहीजणी बोथट काट्यांच्या असतात, तर

काहींचे काटे नावापुरतेच असतात. काहीजणी मात्र चांगल्या उग्र काटेरी असतात. काहीजणी अंगावर 'तीळ' मिरवत असतात. कुणी अंतरंगात कच्च्या तर कुणी जास्त तळल्या गेलेल्या, तर कुणी अगदी आदर्श 'फिगर'वाल्या असतात. काहीजणी अगदी हळव्या असतात, पाठीवर हात ठेवताच मोडून पडणाऱ्या. अशा चकल्यांचं हळवेपण तळतानाच कळलेलं असतं. त्या सोऱ्यातून कागदावर सहजपणे पडतात; पण कागदावरून तेलात सोडताना अंग टाकून देतात आणि मनस्वीपणे पसरतात... असे या चकल्यांचे नखरेही भरपूर असतात; पण हा पदार्थ असतो खास, त्यामुळे इतनी ॲटिट्यूड तो बनती है... हो ना?

❖

अजब योग की गजब कहानी!

मी त्याच्याकडे एकटक पाहत होते. आज मी त्याच्यावरची नजर हटू देणार नव्हते आणि त्याला जाऊ देणार नव्हते... चुकूनही. आज काहीही 'मिस' होऊ द्यायचं नाही आणि यावेळी मागच्या वेळेसारखा गोंधळ होऊ द्यायचा नाही, असा माझा ठाम निश्चय होता. त्यामुळं मी त्या दृष्टीने प्रयत्न करत होते. पायाला रग लागली तरी मी जागची न हलता तिथंच उभी होते, अगदी पापणीसुद्धा न पाडता... कशानंही विचलित न होता. लक्ष दूर जाऊ न देता...

तो अजूनही शांत दिसत होता... निश्चल... स्थितप्रज्ञ. तो बिनधास्त होता, नेहमीसारखाच. त्याला ना कसली काळजी होती, ना कशाची फिकीर... तो कुणाला 'आन्सरेबल'ही नव्हता...

आज काहीही होवो... नजर हटू द्यायची नाही... मी स्वत:ला बजावत होते. तेवढ्यात मोबाइलवर 'बीप' झालं. मला कुणाचा आणि काय मेसेज आहे हे पाहण्याचा मोह आवरत नव्हता. काय असेल... एखादा मजेशीर व्हिडिओ, छानसा विनोद, विचारप्रवृत्त करणारं एखादं 'फॉरवर्ड' की, कुणाचा निरोप... काय असेल? ...असू दे काहीही. थांबेल ते थोडावेळ, असं स्वत:ला बजावत मी मोहावर विजय मिळवला आणि पुन्हा त्याच्याकडं पाहिलं. त्याची किंचित चलबिचल झाल्यासारखी वाटली; पण तसा तो अजून शांतच दिसत होता...

तेवढ्यात दारावरची बेल वाजली. मी एक डोळा त्याच्यावर ठेवून लगबगीनं दार उघडायला गेले. कुरिअर आलं होतं. मी कुरिअरवाल्याला सही करून देऊन पाकीट घेतलं आणि भरधाव वेगानं आत परत आले.

या कामाला किती वेळ लागला असेल? पण तेवढ्यात त्यानं डाव साधला होता... आणि व्हायचा तो अनर्थ झाला होता... पुन्हा एकदा...

तेवढ्या वेळात, गॅसवर तापत ठेवलेल्य दुधाचा फुगा मोठा मोठा होऊन दूध भसाभस उतू गेलं होतं. दुधाचा हा भावनावेग गॅस आणि ओटा व्यापून अस्ताव्यस्त पसरला होता... एवढंच नव्हे तर काही अश्रूधारा खाली जमिनीवरसुद्धा कोसळण्याच्या बेतात होत्या. 'नजर हटी, दुर्घटना घटी'चा अनुभव मी पुन्हा एकदा घेतला होता.

किती साधीशी गोष्ट असते... गॅसवर दूध तापवायला ठेवलंय, ते व्यवस्थित, शहाण्यासारखं, शिस्तीत, वेळेत तापलंय... त्यावर धरलेला सायीचा टपोरा फुगा पातेल्याबाहेर ओसंडून वाहण्याच्या आणि करपण्याच्या आत गॅस बंद होऊन दुधाच्या पातेल्यावर जाळीची झाकणी वेळेवर रुजू झाली आहे आणि ती दुधाच्या भावनावेगाच्या वाफेला वाट करून देतीय... किती 'रूटीन' म्हणावी अशी गोष्ट असते! पण काय योग असतो काही कळत नाही. इतकी साधी-सरळ गोष्ट; पण ती सुरळीत घडलीय असं क्वचितच घडतं. काय मेली त्या दुधाची आपल्याशी दुश्मनी असते कोण जाणे; पण ते आपल्याला असा चकवा देऊन, आपल्याला बेसावध गाठून, कधी आपल्याला खिंडीत पकडून, फसाफसा उतू जात असतं.

यातला दूध वाया जाणं किंवा ते सांडून गेल्यामुळं खोळंबा होणं हा भाग जितका वैतागवाणा आणि तापदायक असतो, त्यापेक्षाही भयंकर असतं ते असा उधाणलेला गरमागरम दुग्धाभिषेक झालेली गॅसची शेगडी आणि ओटा धुऊन स्वच्छ करणं! कारण हे उतू गेलेलं दूध केवळ पातेल्याच्याच नव्हे तर गॅस आणि ओट्याच्या, तसंच त्याच्या प्रभावक्षेत्रात येणाऱ्या प्रत्येक गोष्टीच्या रंध्रारंध्रात प्रवेश करून त्यांच्या अणूरेणूत सामावलेलं असतं.

या दुश्मनीची मला पक्की खात्री केव्हा पटली ते सांगते. नवं इन्डक्शन युनिट घेतल्यावर. या नव्या उपकरणाच्या नव्याच्या नवलाईत माझे त्यावर उत्साही प्रयोग सुरू असतानाची गोष्ट. सपाट बुडाच्या स्टीलच्या पातेल्यात शहाण्यासारखं गरम होत असलेलं दूध इतक्यात चुकूनही वर येणार नाही असं खात्रीनं वाटण्याइतकं शांत दिसत होतं. त्या उपकरणावरचे डिजिटल आकडे 'आम्ही आमचं काम चोख पार

पाडतोय' असा विश्वास देत होते. त्यामुळं मी निर्धास्तपणे दुसरं काहीतरी काम करत होते आणि मधूनमधून त्यावर लक्ष ठेवून होते. तसा कुठला संभाव्य धोका नसूनही, माझी पाठ जराशी वळल्याचं पाहून, ते दूध पातेल्याच्या कडांची हद्द पार करून प्रचंड वेगानं उसळत इंडक्शनच्या अंगाखांद्यावर खेळायला उतरलं! ते पाहून माझ्या मनात आलं, 'बहुत याराना लगता है!' त्याशिवाय का दूध इतकं तळमळीनं भेटीसाठी त्यावर उतरलं असेल! आणि आपल्याशी अर्थातच 'दुश्मनी'... त्याशिवाय का त्यानं इथंही असा डाव साधला असेल!

तेवढ्या एका सेकंदात असं काय घडतं कोण जाणे, पण तो एक क्षण... तो बेसावधपणी घात करणारा एक क्षण पुढं किमान अर्ध्या तासाच्या श्रमाची, दिवसभराच्या वैतागाची आणि आपल्याला इतरांनी आयुष्यभर 'कानफाटं' ठरवण्याच्या शिक्षेची निश्चिती करतो.

तेवढ्या क्षणापुरता आपला मेंदू काम करायचा थांबतो, का बाकीचे मोह प्रबळ ठरतात, का आपल्या शरीरातील अवयव परस्परांशी समन्वय साधायचं विसरतात, का आपलं चित्त नेमकं त्याचवेळी कुठल्याशा जागतिक महत्त्वाच्या प्रश्नावर एकवटतं, कोण जाणे; पण या सगळ्याची शिक्षा एकच... दूध वाया, गॅस आणि ओट्यावर राडा, मनाची तडफड-तगमग, वर आणखी धांदरटपणाचं बिरुद... यामुळं 'इतुके अनर्थ एका दुधाने केले' अशी अवस्था होऊन जाते.

गंमत म्हणजे, डोळ्यांत तेल घालून अगदी दक्षपणे ओट्यापाशी खडा पहारा देत उभं राहिलं तर मात्र दूध चुकूनही वर येणार नाही. त्याच्या पृष्ठभागावर हलकी थरथर किंवा पुसटशी रेघ उमटायलासुद्धा युगानुयुगांचा वेळ लागेल. एकदाचं ते उकळावं आणि आपण मोकळावं... म्हणजे आपण मोकळं व्हावं यासाठी आपण कितीही आर्त प्रतीक्षा करत राहिलो, तरी ते चेहऱ्यावर सुरकुतीही न उमटवता ढिम्मपणे पाहत राहील. जराही उसासणार नाही, सुस्कारा सोडणार नाही, 'एक्साइट' होणार नाही... काहीही नाही. अगदी स्तब्ध राहील; पण तेच एकीकडं दूध तापवायला ठेवून फोन घ्या, दार उघडायला जा, एकीकडं भाजी ढवळता ढवळता कणिक भिजवायला घ्या, दूध तापवायला ठेवून धुण्याचे कपडे भिजवणं किंवा अंघोळीचं पाणी सोडणं अशी कामं करून बघा... अशा वेळी ते क्षणार्धात वर उसळून येतं आणि तुमची जिरवतं.

त्याला 'मल्टिटास्किंग'चा 'परहेज' असतो की काय कोण जाणे! मग आत्ताच तर तापवायला ठेवलं होतं की, किंवा आत्ता पाहिलं होतं तेव्हा जराही वर आलेलं नव्हतं, असं वाटून किंवा तसं म्हणून काहीही उपयोग नसतो.

जशी एखाद्या गुन्ह्याची शिक्षा संबंधित व्यक्तीलाच भोगावी लागते, तशी या नजर हटण्याची किंवा आपल्या डोळ्यांसमोर घडतंय; पण ते थांबवणं आपल्या हातात न राहण्याची शिक्षा आपल्याला भोगावीच लागते.

मग या समस्येवर मात करण्याचा मार्ग म्हणून पातेलं थोडं मोठं घेतलं आणि गॅस अगदी बारीक ठेवला, तर तेवढ्या वेळात थोडं बेसावध व्हायला होतंच आणि तेवढ्या वेळात स्मृतिनाशाचा जणू शापच असतो. गॅसवर दूध ठेवलं आहे याचा विसर पाडणाऱ्या अनेक घटना नेमक्या तेवढ्याच वेळात घडतात... तेवढ्याच वेळात पत्र येतं, कुरिअर येतं, सेल्समन येतो, पाहुणे येतात, वर्गणी मागायला येतात, पोलिओ डोसच्या सर्वेक्षणाला येतात, निरनिराळ्या देवांच्या नावे देणगीची पावतीपुस्तकं परजत येणारे ठाणठाण बेल वाजवतात, टीव्हीवर एखादी 'ब्रेकिंग न्यूज' लक्ष वेधून घेते, एखाद्या 'सिरिअल' मध्ये 'षड्यंत्र' उघडं पडण्याच्या बेतात असतं, खिडकीतून डोकावत एखादी शेजारीण चौकशा कम् गप्पांचं सत्र सुरू करते, महत्त्वाचे किंवा बिनमहत्त्वाचे फोन येतात, घरातल्या इतर माणसांना ज्यातून फक्त आणि फक्त आपणच सोडवू शकतो अशा समस्या उद्भवल्यामुळं त्यांच्या हाकांवर हाका येतात म्हणून आपल्याला धावून जावं लागतं, काही 'बाय डिफॉल्ट' जबाबदाऱ्या पार पाडाव्या लागतात... मग काय!... मंदाग्नीवर उकळणाऱ्या पांढऱ्याशुभ्र दुधाची पिवळसर बासुंदी 'कन्सिस्टन्सी' कधी होते ते कळतसुद्धा नाही... कधी कधी तर हे प्रकरण त्याहीपुढं जातं आणि आपल्याला त्याची चाहूल लागते ती एकदम वास नाकात शिरल्यावरच! हा वाससुद्धा अगदी मनमिळाऊ असतो, तो फक्त आपल्या घरापुरता न राहता आसमंतात पसरतो... अख्ख्या गल्लीत. बरं, वास येताच जाऊन पाहावं तर तिथं बासुंदीच दिसेल असं नाही. तिथं दुधाच्या साजिऱ्यागोजिऱ्या रूपाऐवजी, तपकिरी- काळी खरपुडी ओढलेल्या शुष्क चेहऱ्यानं आपली वाट पाहताना दिसू शकते.

किती साधी आणि लहानशी बाब... गॅसवर ठेवलेल्या पातेल्यात उकळायचं आणि अंगावर सायीची छानशी, जाड, मखमली, स्निग्ध दुलई ओढायची की झालं! पण एवढ्या साध्याशा गोष्टीत किती नखरे आणि आढेवेढे! म्हणजे बघा हं, दुधाचं तापमान कमी असेल, ते गारेगार असेल तर ते तापायला वेळ लागणार हे स्वाभाविक आहे; पण त्यातसुद्धा त्याच्या अटी आणि शर्ती असतातच. त्याचा गोठलेला खडा पूर्ण वितळण्याच्या आत ते तापवण्याची 'जुर्रत' केली आणि गॅस मोठा करून ते झटपट तापवण्याचा प्रयत्न केला, तर ते त्याच्या निषेधार्थ करप्या वासाचे घाणेरडे फूत्कार सोडतं... तेसुद्धा इतके तीव्र की, त्यापुढच्या दही, ताक, तूप, लोणी अशा सगळ्या पिढ्यांना तो 'करपा' शाप लागतो.

कधी कधी दुधाचा 'मूड ऑफ' होतो. त्याचं काहीतरी बिनसतं. मग ते गॅसवर ठेवल्यानंतर थोड्याच वेळात खदखदू लागतं, तडतडू लागतं, गदगदू लागतं, पातेल्यालाच हादरवू लागतं आणि अखेर, स्वत:च 'दूध का दूध, पानी का पानी' करून फुरंगटून बसतं. अशा वेळी त्याच्या चेहऱ्याचा रंगसुद्धा बदलतो. याला अर्थातच दूध नासणं असं म्हणतात. अशा प्रकारे त्याचा 'मूड ऑफ' झाला की आपला ऐनवेळी खोळंबा हा नक्की असतो.

असे त्याचे बरेच नखरे असल्यामुळं आपल्याला त्याच्या तऱ्हा काळजीपूर्वक सांभाळाव्या लागतात.

चला... दुधाख्यान पुरे करावं आता. गॅस आणि ओटा धुवायचा आहे आणि 'कोलॅटरल डॅमेज' काय काय झालं आहे तेही पाहायला हवं. एकूण काय, चुकीला माफी नाय!

❖

चहाबाज रे...

वेळ : दुपारी साधारण चारच्या दरम्यानची. आळसावलेली दुपार थोडी थोडी जागी होऊ लागलेली असते. कामाच्या ठिकाणी मधली सुट्टी संपलेली असते. घरात दिवसाच्या दुसऱ्या सत्राचा आरंभ होऊ घातलेला असतो. अशा वेळी एक अस्वस्थ तगमग, तळमळ दाटू लागते. आतुर प्रतीक्षा सुरू असते. काहींची चिडचिडसुद्धा होऊ लागते, कुणाचं डोकं जड होतं, तर कुणाचं डोकं बारीक दुखू लागतं (कुणी कुणी याला 'कान हलू लागणे' असंही म्हणतात!)... किती हा उशीर...

अखेर, कपबश्यांची किणकिण ऐकू येताच या लोकांना जरा धीर येतो. मग त्यापाठोपाठ गरमागरम चहा येतो. त्याचा अमृततुल्य मधुर घोट पोटात जातो... आहाहा... आणि मग तळमळ शांत होऊन हे लोक 'माणसात' येतात. याबाबतीत माणसाचं घड्याळ कसं 'सेट' असतं. अस्वस्थता परमोच्च बिंदूवर पोहोचल्याक्षणी किती वाजले असतील याचा अचूक आडाखा बांधता येऊ शकतो. अशा या चहाचं आपल्या आयुष्यात अविभाज्य स्थान आहे. चीनमध्ये हजारो वर्षांपासून परिचयाचा असलेला चहा पुढं आपल्याकडे आला आणि तो आपल्या संस्कृतीत रुजून सर्वांच्या दिनक्रमात मस्त मिसळून गेला आहे. काही मोजके अपवाद वगळता, बहुतेकांच्या दिवसाचा आरंभ चहानंच होतो. पहिला चहा छान की दिवसाची सुरुवात छान! काहीजणांच्या बाबतीत तर चहा व वृत्तपत्र वाचन हे समीकरण घट्ट असतं. काही 'चहाभक्त' त्याहूनही 'हळवे' असतात. त्यांना व त्यांच्या दिवसाला चहाखेरीज 'वेग'च येत नाही.

प्रत्येकाच्या दिनक्रमात चहाच्या 'जागा' आणि ऐट वेगवेगळी असते. जपानमध्ये म्हणे 'टी सेरीमनी' असतो. त्यात चहा बनवणं आणि तो 'सर्व्ह' करणं याचा खास 'अंदाज' असतो. आपल्याकडंही कार्यक्रमात चहापान ठेवतात. संबंध जोडण्यासाठी वा ते दृढ करण्यासाठी त्याला चहापानाची आत्मीय जोड आवर्जून दिली जाते.

नुकताच एके ठिकाणी 'हाय टी' असा शब्दप्रयोग ऐकला. प्लॅस्टिकच्या डगडगत्या मरक्या कपातून चहा आणि ग्लुकोजच्या बिस्किटांचा ट्रे फिरवणं याला 'हाय टी' म्हणतात, हे मला त्या दिवशी नव्याने कळलं. असो. तर असा 'हाय टी' असो, नक्षीदार, सोनेरी कडांच्या कपबशीतून अदबशीरपणे दिला जाणारा (अर्धाच भरलेला) चहा असो की, एखाद्या टपरीवरचा, काचेच्या एवढ्याशा ग्लासातून आपलेपणानं दिलेला चहा असो, त्याचं महत्त्व (आणि गरज) तितकंच असतं.

प्रत्येकाच्या आवडीनुसार, कुवतीनुसार (व मुख्य म्हणजे 'फित्रत' नुसार) चहाचं रूपही वेगवेगळं असतं. कुणी उपचार म्हणून चहाचं आधण चढवतं, तर कुणी तो अगदी नजाकतीनं, त्यात आलं-वेलदोडा-सुंठ आणि मसाला वगैरे घालून साग्रसंगीत करतं. कुणी चहाचा अती उकळलेला कळकट, कडवट काढा चवीनं पितात, तर कुणी चहापूड नावालाच घातलेला व तीही न उकळलेला 'लाइट' चहा पितात. कुणाला बिनदुधाचा, कमी दुधाचा तर कुणाला 'प्रतिबासुंदी' चहा प्रिय असतो. कुणी 'ब्रॅन्ड'च्या बाबतीत आग्रही असतात, तर कुणी त्याला औषधी बनवण्यात धन्यता मानतात. कुणी नाईलाजानं, कुणी हौसेनं तर कुणी दक्षता म्हणून बिनसाखरेचा चहा पितात, तर काहींचा चहा म्हणजे साखरेचं संपृक्त द्रावणच असतं.

चहा करण्याच्याच नव्हे, तर तो पिण्याच्याही निरनिराळ्या पद्धती दिसतात. कुणी चहा बशीत काठापर्यंत ओतून तो मस्त भुरकत पितात, तर काहींना ते 'अनसोफिस्टिकेटेड' वाटतं. अशी माणसं बशी फक्त कप टेकवायला घेतात आणि चटका बसला तरी बेहत्तर, कपाचा कान पिळत पिळत कपानंच चहा पितात. कुणी काचेच्या ग्लासमध्ये अर्धा तास फुंकर मारत बसतात, तर कुणी 'बॉटम्स अप' करतात. कुणी चहा समोर ठेवून तासनूतास गप्पा मारत बसतात, तर कुणी तो 'सीमलेसली पीछे पडून' पितात. काहीजण घसा जाळत जाण्याइतका गरम चहा

पितात, तर कुणी त्याचं एरंडेल करून पितात.

काहीजण चहा रूटीन म्हणून पितात, आवडीनं पितात; पण माफक पितात. काहीजण मात्र त्याच्या पूर्ण आहारी असतात. त्यांना एकवेळ जेवण नसलं तरी चालतं; पण चहा नाही अशी ते कल्पनासुद्धा करू शकत नाहीत. चहा काहीवेळा पेल्यातलं वादळ शमवायला मदत करतो, तर कधी तो काम टाळून वेळ काढण्यासाठीही उपयोगी पडतो. हाच चहा कधी सोबत कांदेपोह्यांना घेऊन रेशीमगाठी जुळवतो, तर कधी गप्पांच्या अड्ड्यावर जुन्या आठवणी जागवतो.

चहा 'विचारला' जाणं हे मानाचं लक्षण असतं. (अगत्याला आणखी जोड देण्यासाठी त्याच्यासोबत बिस्किटेही येतात); पण तो 'न विचारला' जाणं हे जास्त अपमानाचं असतं.

असा हा चहा... गरीब-श्रीमंत, लहान-मोठा, कसलाही भेद न मानणारा, सर्वांना सारखाच आवडणारा व संतोष देणारा, अगत्य व आपुलकीचं 'जेश्चर' असणारा, कुठल्याही वेळी 'चालणारा', धावपळीच्या दिनक्रमात काही क्षणांचा विसावा देणारा, दुराव्याची दरी मिटवण्यात मदत करणारा, भुकेल्या जीवाला कड काढण्यासाठी आधार देणारा, अडचणीच्या वेळी ब्रेड किंवा चपातीचा जोडीदार बनणारा... तो 'वाह!' म्हणून प्या, नाहीतर 'सुर्ऽऽ करके' प्या, त्याची चव आणि सोबत हवीहवीशी आणि मधुर असते व त्याचा 'तरतरी प्रयोग' जान आणणारा असतो एवढं खरं!

❖

बारिश का बहाना है...

आपण उन्हाळ्यात उकाड्याने हैराण असतो, त्यावेळी आपल्याला नभी दाटणाऱ्या घनघन मालांची कोण प्रतीक्षा असते! मग मान्सूनचे अंदाज येऊ लागतात. तो कुठपर्यंत आलाय, कुठे रेंगाळलाय, त्यानं कोणता भाग व्यापलाय वगैरे वगैरे 'अपडेट्स' कळू लागतात. अखेर एकदाचा पावसाळा सुरू होतो (पाऊसही सुरू होतो!) आणि या 'नेमेचि' येणाऱ्या पावसाळ्याचे 'नेमेचि' येणारे 'साइड इफेक्ट्स'ही सुरू होतात म्हणजे काहींचे नाक 'पावसासोबत आपणही बरसणं गरजेचं आहे' अशा निष्ठावान सिन्सिअरिटीनं गळू लागतं.

पाऊस सुरू झाला की, काही ठिकाणी भिंतींना, छताला व भिंतीतल्या कपाटांना गहिवर येऊ लागतो. याच दिवसांत दारं-खिडक्यांनी फुगून बसणं हे जणू अपरिहार्यच असतं. काही ठिकाणी, विशेषत: लग्नसमारंभात मानपानावरून रुसणी-फुगणी जशी 'मॅनडेटरी' असल्यासारखी असतात, तसं पावसाळ्यात दारं-खिडक्यांचं असतं बहुतेक... आणि हा रुसवा जायलाही बरेच दिवस लागतात. पावसाळा संपून गेल्यावरही पुढे बरेच दिवस हे 'कवित्व' उरतं. मग ही दारं-खिडक्या आपल्याला भरपूर हातापाया पडायला लावून, प्रचंड 'ओढाताण' करायला लावून, अशीच कधीतरी रुळावर येतात. प्रत्येक वेळी ते आपल्या हातात राहतं असंही नाही. काहीवेळा त्यांना वळणावर आणण्यासाठी तज्ज्ञांची मदतसुद्धा घ्यावी लागते.

याच काळात, कपाटात मागे टाकलेले रेनकोट उगाच ताठपणा करत, माणसाळायला वेळ लावू लागतात, छत्र्या उघडताना आढेवेढे

घेऊ लागतात. आपल्या नेहमीच्या बूट-चपलांची पावसाच्या पाण्यात भिजून वाट लागू नये म्हणून, पावसाळी बूट-चपला घेतल्या की, त्या हटकून 'लागतात.' काहीजण चप्पल लागण्याला चप्पल 'चावणं' असं म्हणतात. तशा या 'चावऱ्या' बूट-चपला टाचेजवळ व बोटांपाशी हुळहुळं करता करता, तिथलं कातडंही सोलून काढतात.

या पावसाचा आणि ठरावीक वेळांचा काय योग असतो कोण जाणे; पण आपल्या बाहेर जाण्याच्या वेळा त्याला ठाऊक असतात एवढं खरं! आपण घराबाहेर पडताना तो अगदी घाईत असल्यासारखा झराझरा बरसू लागतो. त्यानंतर पुन्हा ऑफिस सुटायच्या वेळीही तो हटकून हजर असतो. शाळा दुपारची असते तेव्हा हा दुपारी येतो आणि गंमत म्हणजे शाळा सकाळची झाली की, हा सकाळी हजर असतो... कमाल आहे ना!

काहींच्या बाबतीत या कुंद पावसाळी वातावरणाचं आणि त्यांच्या सांध्यांचं 'हाडवैर' असतं. इकडं 'काली घटा छायी' की तिकडं यांच्या 'चालत्या' गाड्याला खीळ... इतकं कट्टर! काहींच्या दृष्टीनं गरमागरम भजी आणि वाफाळत्या, आल्याच्या चहाचा आस्वाद घेण्यासाठी 'बारिश का बहाना' असतो. गवती चहाची आठवणही या दिवसांतच होते.

पावसाळ्यात आपल्या वाहनाची चाकं चिखलाच्या मायेत मनमुराद लोळतात, तसाच या मायेचा स्पर्श आपल्या कपड्यांनाही होतो... छोट्याशा ठिपक्यापासून ते मनस्वी शिडकाव्यापर्यंत कितीही आकारमानाचा व तीव्रतेचा. त्यातच जवळून जाणाऱ्या वाहनाने वाटेतल्या खड्ड्याची दखल न घेता त्यातूनच वाटचाल केली, तर खड्ड्यातलं चिखलपाणी त्याचा निषेध केल्यासारखं उसळून आपल्याला सचैल स्नान घडवतं, आपला अपराध असल्यासारखं!

पावसाळा आणि वाळत घातलेल्या कपड्यांनी न वाळणं असं जणू घट्ट समीकरण असतं. एरवी सकाळी वाळत घातलेले कपडे रात्रीपर्यंत खडखडीत वाळतात; पण पावसाळ्यात मात्र कपड्यांचे ओले लगदे दोऱ्यांवर चार-चार दिवस सुस्तपणे विसावलेले असतात आणि त्यानंतरही ते खडखडीत म्हणण्यासारखे वाळत नाहीतच. त्यांचा दमट ओलावा सूक्ष्म का होईना आपलं अस्तित्व दाखवत असतोच.

पाऊस सुरू झाला की, नळाला चहासदृश पाणी येऊ लागतं. मग कपड्यांना चहा-कॉफीच्या जवळच्या रंगछटा चढू लागतात आणि हा 'चहा' बादल्यांच्या तळाशी गाळरूपाने अस्तित्व दाखवू लागतो. एरवी डब्यात बंद होऊन कपाटात मागच्या बाजूला गेलेल्या तुरटीची आठवण याच काळात होते. या तुरटीच्या खड्याचे पाण्याच्या पिंपात चार वेढे घेताच जादूची कांडी फिरल्यासारखा पाण्यातला गाळ खाली बसतो. मनातली किल्मिषे दूर होऊन नजर स्वच्छ व्हावी तसा... मग पाणी निर्मळ दिसू लागतं.

पाऊस सुरू झाला की, कवितांचाही पाऊस सुरू होतो. सगळं चिंब, झिम्मड, झड, सर, अनिवार, कोसळणं, भिजणं वगैरे वगैरे शब्दांचाही मुसळधार पाऊस सुरू होतो आणि त्या जोडीने त्याची तितकीच धुंवाधार थट्टाही सुरू होते.

रिमझिम पावसात रहदारी तुरळक असते आणि आजूबाजूचा मानवनिर्मित कोलाहल जरा कमी असतो, अशा वेळी छतावर पावसाच्या धारांचा ताल ऐकत, मऊसूत रजईच्या उबेत गुरफटून, झोपेच्या राज्यात प्रवेशण्याचे सुखद क्षण पावसाच्या सोबतीनं आणखी गहिरे होतात. हा 'साइड इफेक्ट' मात्र भलताच हवाहवासा वाटतो!

❖

ट्रिंग ट्रिंग...

एखाद्या दिवशी फोनची रिंग होते. फोनची म्हणजे लँडलाइनची. हल्ली लॅन्डलाइनवर तसे फारसे फोन येत नाहीत. म्हणजे, 'कामाचे' फोन फारसे येत नाहीत. 'रॉंग नंबर'ना कसलाही 'परहेज' नसतो, त्यामुळं ते नेहमीप्रमाणे येतातच. त्याखेरीज, लॅन्डलाइनवर बोलणं जास्त सोयीचं वाटणाऱ्यांचे येतात. त्याव्यतिरिक्त जे फोन येतात ते बरेचदा, कुठल्यातरी योजना गळ्यात मारू इच्छिणाऱ्यांचे, तुम्हाला क्रेडिट कार्ड घेणं कसं जीवनावश्यक आहे हे पटवून देणाऱ्यांचे, कुठल्यातरी 'साखळी'त तुम्हाला अडकवू पाहणाऱ्यांचे अथवा तुम्हाला गळाला लावू पाहणाऱ्यांचे. त्यांची व्यावसायिक चतुराई (आपण बोली भाषेत त्याला सराईत कोडगेपणा म्हणतो हा भाग वेगळा!) मोठी विलक्षण असते, तसंच भाषेची सफाईही. वाक्यावाक्यांत इंग्रजी शब्दांचं भरपूर किसमिस घातलेलं त्यांचं बोलणं अगदी आग्रही व मुख्य म्हणजे अधिकारयुक्त असतं.

फोनवर पहिल्यांदा ते अमुकतमुक आहेत का, असं विचारतात. त्यांचा स्वर अर्थातच ते आपले उद्धारकर्ते आहेत असा असतोच, शिवाय त्याला गंभीर व उलट तपासणीची छटा असते, त्यामुळं क्षणभर आपणच दचकतो. (त्या 'अमुक' व्यक्तीनं काय करून ठेवलंय आता?... असा विचार, निसटता का होईना, पण मनात डोकावतोच.)

मग आपण कोण बोलताय? कुठून बोलताय? कशासंदर्भात फोन केला आहे?... याची चौकशी करतो. घरी आलेल्या माणसाशी वागण्याची आपली जशी सौजन्यपूर्ण व अगत्यशील पद्धत असते, तीच आपण घरी आलेल्या फोनच्या बाबतीतही लागू करतो; पण आपल्या कुठल्याही

प्रश्नाचं पलीकडून सरळ उत्तर येत नाही... एकतर तुटक उत्तर तरी मिळतं किंवा प्रश्नाचं उत्तर म्हणून दुसरा प्रश्न येतो. म्हणजे साधारणपणे हा संवाद असा होतो : 'ये नंबर × × × का है?' (आपण × × ×ला 'अ' म्हणूया.)

"हां."

"क्या मैं 'अ'जी से बात कर सकती हूँ?"

जनरली अशा फोनवर पलीकडचा आवाज बाईचा असतो.

"नाही, ते घरी नाहीयेत. तुम्ही कोण बोलताय?"

"आप उनके ऑफिस का नंबर दीजिए..." तिच्या कमावलेल्या सौजन्ययुक्त स्वराला जरबेची धार असते.

"आप कौन बात कर रही है?" आपण आपलं हिंदीचं कौशल्य पणाला लावून विचारतो.

"उनसे कब बात हो सकती है?" ती आपल्याला हुडूत करत पुढचा प्रश्न विचारते.

अशा वेळी का कोण जाणे, पण आपणच कसनुसे होतो. 'अ'जी घरी नाहीत व आपण (तोंड घेऊन) फोन उचलण्याचा गुन्हा केला आहे, वर आणखी त्यांचा 'अता-पता' द्यायला उत्सुक नाहीये, यामुळं आपणच जरा अडखळल्यासारखे होतो. त्याजोडीनं भाषा ही अडचण (!) असतेच.

"शाम को मिलेंगे..." आपण अपराधीपणे सांगतो.

"कब?" ताबडतोब पुढचा प्रश्न येतो.

"तसं काय... वैसे बताना..." आपलं अपराधीपण ओव्हरलोडेड.

"तो आप उनके ऑफिसका नंबर दीजिए," पुन्हा जरबेच्या स्वरातला हुकूम येतो.

"ऑफिसचा नंबर... का पण? काय काम होतं आपलं? कोण बोलताय तुम्ही?" आपण अजूनही 'अतिथी देवो भव' मोडवरच असतो.

"उनसे ही बात करनी है..." ती बाई शब्द ताणत रेकल्यासारख्या आवाजात सांगते. असं रेकत रेकत बोलणं ही अशा काही 'जॉब'साठी पूर्वाकांक्षित अट असते बहुतेक.

या बायका 'सर'चा उच्चार 'सा ऽ ऽ र'' आणि 'मॅडम'चा उच्चार

'म्यॅ ऽ ऽ म' असा हटकून करतात. हे बहुधा त्यांचं जॉबसाठीचं 'यूएसपी' असावं. असो.

तरी आपण चिवटपणे पुन्हा म्हणतो,

"तुमचा काय निरोप असेल तो माझ्याकडे द्या. तुमचा नंबर देऊन ठेवा. मी सांगते त्यांना."

तरी पलीकडची व्यक्ती 'आमी नाई जा' मोडवरून बाजूला हटायला तयार नसते.

आता आपल्या अस्वस्थतेचा कडेलोट व्हायच्या बेतात असतो. एक तर, कुणाचा फोन आहे, कशासाठी आहे हे कळलेलं नसतं आणि खरंच काही महत्त्वाचं असेल तर आपला बावळटपणा व्हायला नको याची टोचणी असतेच (आणि बावळटपणा सिद्ध होऊ नये याची काळजी!)

"तुम्ही कोण बोलताय?" आपण पुन्हा विचारतो. आता मात्र आपल्या आवाजातली निर्णायकता त्या व्यक्तीच्या लक्षात येत असावी.

"मैं दिल्ली से बात कर रहीं हूँ..." पुन्हा एक वाक्य येतं, अर्थातच 'रॅ ऽ ऽ कू न.'

आहा ऽ गं टवळे, म्हणे दिल्लीहून... आपला (मनातल्या मनात) उद्‌गार.

"कुठून?" आपल्या स्वरात आश्चर्य, संशय, उपहास, शंका, वैताग, तिरसटलेपणा अशा सगळ्याचं मिश्रण उड्या मारत असतं; पण अद्याप रहस्यभेद बाकी असतो.

सांगते, सांगते, पिक्चर अभी बाकी है मेरे दोस्तों!

आपण अजूनही संदिग्धच असतो. कुणाचा फोन आहे, कुठून आहे, काय काम आहे यातलं काहीही कळायला मार्ग नसतो. कधी कधी तर नेमका तेवढ्याच वेळात मोबाइलवर दुसरा फोन येतो. सेल्समन दरवाज्यात ठणाणा बेल वाजवत राहतो. नेमकं तेवढ्याच वेळात, गॅसवर तापवायला ठेवलेलं दूध जराही दम न धरता पातेल्यातून बाहेर भसाभसा लोळण घेतं, शेजारीण तिच्या पोटात मावत नसलेलं लेटेस्ट 'गुपित' सांगायला टपकते, इस्त्रीवाला येतो... सगळेजण फक्त त्याच 'मुहूर्ता'ची वाट बघत थांबले असल्यासारखे तीच वेळ गाठून येतात. आपल्याला हा फोन कधी एकदा आवरतोय असं झालेलं

असतं.

अखेर, फक्त 'दिल्लीहून बोलतेय' एवढं सांगून भागणार नाही हे लक्षात आल्यावर ती बाई नाईलाजानं सांगते,

''मैं दिल्ली से पीएमपीवाय से बात कर रही हूँ...'' आणखी एक 'रॅकून' वाक्य येतं.

'पीएमपीवाय' हे आपलं नमुन्यादाखल सांगितलं. ते टीएसपीटीएनव्हीडब्ल्यूसीवायकेझेडक्यू असं काहीही असू शकतं, अर्थबोध होणार नाही अशा प्रकारचं.

''कशासंदर्भात?'' आपण मुद्द्यावर येण्याचा प्रयत्न करत विचारतो.

''उनसे बात करनी थी...'' यातला 'बात' हा शब्द अर्थातच 'ब्यॅ ऽ ऽ त' असा असतो.

''ते कळलं मला...'' मनात असतं 'जळ्ळी मेली!'

आपण 'आमी नाई जा' खेळात सहभागी व्हायच्या अजिबात मूडमध्ये नसतो.

''ते आत्ता घरी नाहीयेत, काय काम आहे ते सांगा,'' आपण एक घाव दोन तुकडे करण्याचा निकराचा प्रयत्न करतो.

अखेर, अगदीच नाईलाजानं व आता फार ताणून चालणार नाही, हे लक्षात घेऊन ती बाई बोलू लागते. ''अॅ ऽ ऽ क्चअ ऽ ऽ ली ऽ ऽ'' आपल्या कानावर पडतं. म्हणजे 'अॅक्चुअली.' ती बाई प्रत्येक वाक्याची सुरुवात 'अॅक्चुअली' या शब्दानं करत असते. हा उच्चार करताना ती रवंथ करणाऱ्या म्हशीसारखी दिसत असणार असं चित्र डोळ्यांसमोर येतं.

मग ती नाईलाजानं (आणि अॅक्चुअली...) तिच्या फोन करण्याची कारणं सांगते. ती कारणं साधारणपणे या प्रकारची असतात.

''त्यांच्या पॉलिसीबद्दल इन्फॉर्म करायचंय.''

''उनका मोबाइल नंबर लकी ड्रॉ में सिलेक्ट हुआ है।'' (हे सांगायला फोन लॅन्डलाइनवर!)

''सौ लकी नंबरों को डिनर के लिए इनव्हिटेशन भेजना था।'' (आणि 'असलं' लकी आपल्याखेरीज कोण असणार!)

''आपको हमारे प्लॅटिनम स्कीम के बारे में बताना था...'' (शाळेत असताना रसायनशास्त्राच्या अभ्यासात प्लॅटिनमची रासायनिक संज्ञा

घोकण्यापलीकडं ज्यांचा बाकी कुठल्याही प्लॅटिनमशी दूरान्वयानेही संबंध नाही, त्यांना 'प्लॅटिनम स्कीम!')

"आपका इन्शुरन्स (त्या बाईच्या भाषेत अर्थातच 'इन्शॉ ऽ ऽ रन्स!) रिन्यू करना है..." वगैरे वगैरे.

कधी कधी तर अशा फोनवर आपलेच काही तपशील ऐकले की, कुठल्या कुठल्या गुप्तचर यंत्रणा आपल्या कणापेक्षाही क्षुद्र अस्तित्वावर दुर्बिणी लावून बसल्या आहेत की काय अशी शंका येते.

असाच एकदा, अशाच प्रकारचा फोन आला होता. रिवाजानुसार 'अ'जी, 'ओ'जी वगैरे सगळं पार पडलं. मग मी निर्वाणीचं सांगितलं.

"काय काम असेल ते मला सांगा."

त्यावर ती बाई करारीपणे म्हणाली, "नहीं, हम ऐसे नहीं बता सकते..."

तर... आंतरराष्ट्रीय महत्त्वाची 'गोपनीय' बात नाही का! एव्हाना माझी अशा प्रकारच्या फोनबद्दलची भीड चेपली होती आणि ज्यांना संपर्क करायचा असेल त्यांनी तो 'बाकायदा' करावा. त्यात वळणं, वळसे घेऊ नयेत या ठाम मतावर मी आले होते. त्यामुळं आता अस्वस्थ वगैरे... छे छे!

"मुझे उनसे बात करनी है..." म्हशीनं रवंथ सुरू केला होता.

"माझ्याशी कर," मी शांतपणे सांगितलं.

"शाम को कब मिल सकते है..." रवंथ कंटिन्यूड.

"तसं नाही सांगता येणार," मी ठाम, मतावर व मराठीवरही.

"आप हिंदी में बात करो," तिनं जवळपास गुरकावत आदेश दिल्याच्या थाटात वाक्य फेकलं.

"तू मराठीत बोल," मी खणखणीत वाजवलं. असल्या आगाऊंना अहो नाही न् जाहो नाही.

"सॉरी...?" पलीकडून आलं.

ही माफी नव्हती. ऐकू न आल्यामुळं किंवा आपल्याला कळलेलंच नाही असं दाखवण्यासाठीचं 'सॉरी' होतं ते.

"काय सॉरी?"

"आप हिंदी में बतायेंगी?" आदेशवजा स्वर कसा कोण जाणे, पण नरमला होता.

"नहीं... मुझे हिंदी नहीं आती," मी 'मराठी'त सांगितलं आणि अहो आश्चर्यम्! काही वेळापूर्वी जी बाई 'अ' जी फोनवर आले नाहीत तर जगबुडी होणार असल्यासारखी कासावीस झाली होती, तिनं क्षणात फोन ठेवला आणि पुन्हा अजूनपर्यंत तिचा फोन आलेला नाही!

❖

मिस्ड कॉल

मोबाइलनामक (जीवनावश्यक बनलेल्या) उपकरणाचे जे काही जादुई फायदे आहेत, त्यातलाच एक फायदा (!) म्हणजे 'मिस्ड कॉल'... हा प्रकार चकटफू असल्यामुळं त्याला वलय आणि लोकप्रियता लाभणं स्वाभाविक आहे; पण प्रत्येक वेळी 'मिस्ड कॉल' आपल्या 'फेवर'मध्येच असतो असं नाही. याचा अनुभवही येतो कधी कधी. असाच एकदा मलाही 'मिस्ड कॉल'चा प्रसाद मिळाला आणि त्याचा महिमा कळून चुकला. त्याचं असं झालं...

"मावशी, काल का आला नाहीत... आणि येणार नव्हता, तर निरोप पाठवायचात ना तसा..." कामवाल्या मावशींनी घरात पाऊल टाकताच मी (जरासं घाबरतच आणि अगदीच न राहवल्यामुळं) म्हणाले. त्यांच्या आदल्या दिवशीच्या अचानक दांडीने माझे हाल झाले होते. त्यात त्यांच्याकडून काही निरोपही नव्हता आणि आजही त्या येणार की नाही याचा रहस्यभेद बाकी असल्यामुळं मी अस्वस्थ होते आणि कामं उरकता उरकता मेटाकुटीला आले होते.

"आवं, भणीच्या दिराला आडमिट केलंया... कामावर कुटलं येतायसा?" मावशी नेहमीप्रमाणे प्रश्नचिन्हांकित उत्तर फेकत तरातरा बाथरूमच्या दिशेनं गेल्या. काट्यानं काटा काढणं म्हणतात, तसं मावशी प्रश्नाचं उत्तर प्रश्नानं देतात. म्हणजे असं बघा हं–

"का आला नाहीत काल?" असं विचारलं की,

"कशी येणार?" त्या फणकारतात.

"अहो, सांगून जायचं नाहीत का?"

"कवा सांगनार?"

मग समजा आपणच सावधपणे विधानार्थी वाक्य उच्चारलं आणि "निरोप पाठवायचा" किंवा "निरोप पाठवत जा" अशी सूचना केली, तरी त्या त्यांचा प्रश्नचिन्हांकित बाज अजिबात न सोडता म्हणतात,

"कवा पाटवनार?"

किंवा "निरोप आणि कसला पाटवताय?" असा प्रतिप्रश्न करतात.

मुळात त्यांना कुठला प्रश्नबिश्न विचारायचाच नसतो. शिवाय, कुठेही काही आणीबाणी उद्भवली तरी तिथं मावशींचं प्रत्यक्ष उपस्थित असणं, तेही ताबडतोब (म्हणजे पर्यायानं कामांना दांडी!) अपरिहार्य असतं हे चांगलं माहीत असूनही व मावशींनी ते वेळोवेळी सोदाहरण दाखवून देऊनही मी असं विचारण्याची 'जुर्रत' केली होती.

पण माझ्या फालतू प्रश्नाचं उत्तर द्यायला त्या थोड्याच थांबणार होत्या! त्यांना थांबायला वगैरे वेळ नसतो, कधीच नसतो. आपणच त्यांच्यामागून जाऊन त्यांच्याशी बोलावं लागतं. त्या गिनीज बुकात नोंद होण्याजोगे स्वत:चेच विक्रम नित्य मोडत असतात. तीन मिनिटांत भांडी घासणं, अडीच मिनिटांत कपडे धुणं, पावणेतीन मिनिटांत केर-फरशी आटोपणं आणि बाथरूम ब्रशनं स्वच्छ करून पाणी (पुरेसं) ओतून फरशी स्वच्छ करण्याला शक्यतो फाटा... अशा प्रकारे त्या पावणेआठ ते आठ मिनिटांचं रेकॉर्ड 'सेव्हन पॉइन्ट समथिंग'वर आणण्याचा प्रयत्न करत असतात. त्यात त्यांना असं थांबून बोलायला वगैरे वेळ नसतो.

"दीप्यानं मिसकॉल मारला व्हता न्हवं?" बाथरूमचं दार धाडकन उघडत मावशींनी तिथूनच खणखणीत आवाजात प्रश्न केला. तो ऐकून मी उडालेच. दीप्या म्हणजे त्यांचे कुलदीपक चिरंजीव दीपकराव हे मला कळलं; पण मिस्ड कॉल???

"मी दीप्याला सांगितल्यालो, समद्यास्नी मिसकॉल दे... मग एकेकांचा फोन आला की सांग त्यास्नी..."

व्वा! मावशींनी 'मिस्ड कॉल'चा महिमा ओळखून, काळासोबत पावलं टाकायला सुरुवात केली होती तर... आणि त्या चक्क 'मिस्ड कॉल'नं कळवताहेत... मी गहिवरलेच; पण लगेच भानावर येत म्हणाले,

"मला नाही आला कुठला मिस्ड कॉल..."

तेवढ्यात मावशींनी कंबरेला अडकवलेल्या छोट्याशा पिशवीतून मोबाइल काढून माझ्या हातात दिला आणि म्हणाल्या,

"ह्यात तुमचा नंबर हाय का बगा बरं... आनि नसला तर घाला ह्यात."

मावशींनी तुकडाच पाडला. विषय बंद. प्रश्न... सूचना... कारणं... स्पष्टीकरणं... साऱ्यालाच पूर्णविराम.

मग मी माझा नंबर त्यांच्या हॅन्डसेटमध्ये घालून त्यांना तो परत केला. तितक्यात त्यांच्या मोबाइलची रिंग वाजू लागली, "डीजेवाले बाबू मेरा..."

मावशींनी फोन घेतला. त्यांच्या बोलण्यावरून तो त्यांच्या बहिणीचा असावा. तिच्याशी सविस्तर चर्चा करून मावशींनी फोन बंद करून पुन्हा कंबरेला लावला, विद्युतवेगानं काम आवरलं आणि 'उद्या यायला जमणार नसलं, तर 'मिस्ड कॉल' देईन,' असं सांगून त्या झपझप निघून गेल्या. आमच्या घरच्या कामाचं व माझ्यावरच्या कामाच्या ओझ्याचं भवितव्य मावशींच्या बहिणीच्या दिराच्या प्रकृतिस्वास्थ्यावर ठरणार आहे, हे लक्षात घेऊन मी स्वत:ला बजावलं, "मिस्ड कॉल 'मिस' होता कामा नये!"

❖

'रांग'रंग

आपल्यासारख्या सर्वसामान्य माणसाला जन्मापासून मृत्यूपर्यंत रांग काही सुटत नाही. (फक्त जन्म व मरण या दोन गोष्टींत संबंधित व्यक्तीला रांग वगैरे कळत नाही!) रेशन असो वा बिल, सिनेमा असो वा देवदर्शन, शाळा-कॉलेजचा प्रवेश असो वा दवाखाना... रांग काही सुटत नाही. परवा २६ जानेवारीला जिलेबीसाठीसुद्धा रांग लागलेली पाहिली!

आपण एखाद्या कामासाठी रांगेत उभे असतो. उदा. बिल भरायला. रांग बऱ्यापैकी मोठी असते. तिथं फक्त एकच काउन्टर सुरू असतं. आपल्या पुढचे एकेकजण बिल भरून आरामात बाहेर पडत असतात. तितक्यात एकजण बिलांचा गठ्ठाच्या गठ्ठा पुढे करतो. (बहुधा सगळ्या गल्लीची वा सोसायटीची बिलं!) ती बिलं, कुणाची थकबाकी, मग सुटे पैसे असा सगळा गोंधळ पार पडतो. त्या माणसाला अजिबात घाई नसते. तो एकेक बिलावर शांतपणे एकेक पावती स्टेपल करतो, पैसे शांतपणे मोजून देतो-घेतो आणि त्याहून शांतपणे तिथून निघतो. बाकीची रांग तडफडत असते. रांग जोवर हलती असते तोवर माणसाला धीर निघतो; पण ती थांबली, की तगमग वाढू लागते. गठ्ठेवाल्यानं सगळं गणितच बिघडवलेलं असतं.

त्याच्या मागचा माणूस सुटकेचा नि:श्वास सोडत पुढं सरकतो, 'खिडकी'तून बिल व पैसे आत सरकवतो. काउन्टरपलीकडच्या माणसाचं दर्शन होताच त्याला ईश्वरप्राप्तीचा आनंद झालेला असतो. तितक्यात... तितक्यात आतल्या माणसाला फोन किंवा त्याच्या साहेबाचं बोलावणं

येतं. त्यात त्याची पाच-सात मिनिटं जातात. मग फोनवर / साहेबांकडं काय बोलणं झालं हे सहकाऱ्यांना सांगण्यात दहा-बारा मिनिटे जातात. तो बाई किंवा पुरुष जो कुणी असेल त्यानुसार, वाटेत थबकणं, टाळ्या देणं, शिपायाला हटकणं, चप्पल काढणं-घालणं, ठुमकणं, मुरडणं, केस मागे सारणं, त्यांच्याशी खेळणं... अशा विविध गोष्टीनं आणखी थोडा वेळ जातो, अखेर ती व्यक्ती जागेवर येते. खिडकीतून सरकवलेलं बिल व पैसे घेते. तेवढ्यात प्रिंटर प्राण गेल्यासारखा आवाज करून गप्प होतो. मग काही सहकारी त्याच्यावर प्रथमोपचार करतात, त्याला वळणावर आणण्याचे प्रयत्न करतात. मग एकदाचा तो कुरकुरत का होईना पण काम करू लागतो. दरम्यान, रांगेतलं कुणीतरी अस्वस्थ होऊन त्याबाबतीत सल्ला देऊ लागतं; पण संबंधित त्याकडे साफ दुर्लक्ष करतात किंवा 'तसं नसतं ते' असं त्यालाच सुनावतात.

आता रांगेतला सर्वांत पुढचा माणूस 'चुकला चौऱ्याऐंशीचा फेरा' अशा आनंदात आतुरतेनं 'झालं का?' असं टाचा उंचावून विचारतो. त्यावर आतला माणूस त्रस्तपणे मान वर करून बघतो आणि "थांबा, गडबड करू नका," असं घशातल्या घशात गुरगुरतो. एव्हाना रांगेतली माणसं पुरती वैतागलेली असतात. रांगेतल्या पुढच्या माणसांना आपला नंबर जवळ आला आहे हा दिलासा असतो. आणि सर्वांत मागच्यांची आपल्या पुढे इतकेजण आहेत, त्यामुळं वेळ लागणारच अशी आधीच मनाची तयारी असते. यात सहन होत नाही आणि सांगताही येत नाही, म्हणजे सांगून काही उपयोग नसतो, अशी अवस्था असते, ती रांगेतल्या मधल्या लोकांची. ते लोक सगळ्यात अस्वस्थ झालेले असतात. मग ते रांगेतनं थोडं बाजूला होऊन, माना उंचावून आत बघायचा प्रयत्न करत असतात. असं पाहून काही नंबर लवकर येत नाही हे त्यांनाही माहीत असतं, आपल्या आधीचे एक एक करत जातील तेव्हा कुठं आपला नंबर येणार आणि नंबर आला म्हणून काम होईलच किंवा ते लगेच होईल याची खात्री नाही, हे कटू सत्य त्यांनी पचवलेलं असतंच; पण ते मनातल्या अस्वस्थतेला दिलेलं 'आउटलेट' असतं. मग काहींचं प्रकट स्वगत सुरू होतं...

"किती वेळ लागणार अजून..."

"कधी यायचा नंबर!"

"मला बारा वाजता अमुक ठिकाणी पोहोचायचंय..." एरवी अनोळखीपणाचं अंतर राखून वागणाऱ्या कोऱ्या चेहऱ्यांच्या इथं घड्या मोडतात. "बघा ना!" असं म्हणत नाराजीला वाट करून दिली जाते. 'नियमानं वागणाऱ्यांनाच कसा त्रास असतो' यावर उपरोधिक संवाद झडतात. रांगेतला पहिल्या नंबरावरचा माणूस आता अधीरतेच्या टोकाला पोहोचलेला असतो. अखेर एकदाचं त्या माणसाचं भाग्य फळफळतं. काउन्टरच्या आतला माणूस त्याचं बिल आणि पैसे आत ओढून घेतो. पैसे मोजून ते ड्रॉवरमध्ये चिमट्याखाली नीट लावतो. इकडं हा माणूस 'काम झालं!' अशा आनंदात सुटकेचा नि:श्वास टाकतो. आतला माणूस कॉम्प्युटरच्या बटणावर हात ठेवतो आणि तेवढ्यात... लाईट जातात!

रांगेत आपला नंबर यावा आणि नेमके त्याचवेळी लाईट जावेत. मधली सुट्टी किंवा चहाचा ब्रेक व्हावा, काहीतरी तांत्रिक अडचण यावी हे मागच्या जन्मीचं पापच म्हणायचं! 'देअर इज अ स्लिप बिटवीन कप ॲन्ड लिप'चं परफेक्ट उदाहरणच!

असे अचानक लाईट गेले, तसे (लाईट नेहमी अचानकच जातात!) की, रांगेतले काहीजण 'नंतर बघू' असा विचार करून गडबडीनं बाहेर पडतात; पण त्यामुळं रांगेच्या आकारात फार काही फरक पडत नाही; कारण एव्हाना रांग चौपट मोठी झालेली असते. गर्दीमुळं उकडू लागलेलं असतंच, त्यातच लाईट गेले, की घामाच्या धारा लागतात, मग सगळे हाशहुश करत रुमालानं किंवा हातातल्या बिलानेच वारा घेऊ लागतात.

काही वेळानं रांगेतली एखादी मावशी 'पाय दुकाय लागल्याती' असं म्हणून सरळ बसकण मारते किंवा 'माजा नंबर हाय बरं का हितं!' असं मागच्या-पुढच्यांना सांगून जणू 'टाइम-प्लीज' घेऊन जवळच्या भिंतीपाशी टेकून बसते. तिच्याइतकेच पाय भरून आलेल्या, पण तिच्यासारखं बिनधास्तपणे खाली बसणं प्रशस्त न वाटणाऱ्या (मनातल्या सोफिस्टिकेटेडपणाच्या कल्पनांत असं खाली बसणं 'बसत' नसलेल्या) काहीजणी तिचा मनातल्या मनात हेवा करत चरफडतात. या पायावरून त्या पायावर करतात. चप्पल पायातच थोडं सैल करतात, पायावरचा ताण कमी करायचा प्रयत्न करतात. काहीजण मात्र ऊर्जासंपन्न व 'फिटेस्ट' असतात. त्यांचे असे पायबिय भरून येत नाहीत किंवा ते थकत नाहीत. अशा लोकांचा काही प्रश्नच नसतो. बाकीचे मात्र

वैतागतात, पिचिक पिचिक असे उद्गार काढत उसासे सोडतात. काहीजण आंबट चेहऱ्यानं धुमसत उभे असतात. काहीजण बेफिकीरपणे कोऱ्या चेहऱ्यानं उभे असतात. काहीजण तिथंही घुसखोरीचा प्रयत्न करतात. तो प्रयत्न काही वेळा यशस्वी होतो. मग ते सराईत, निर्लज्जपणे काम साधून, कोडग्या सफाईदारपणे निघून जातात. बरेचदा हा प्रयत्न फसतो. मग डाळ शिजणार नाही म्हटल्यावर हे असे लोक नाईलाजाने मागे, रांगेच्या शेवटी जाऊन उभे राहतात. काहीजण आपण 'सेंटर ऑफ अ‍ॅट्रॅक्शन' आहोत या भ्रमात खूश असतात, तर काहीजण रांगेतसुद्धा मोबाइलमध्ये पूर्ण बुडलेले असतात. काहीजण फोनवर एवढ्या रंगात आलेले असतात, की आता त्यांच्या घरच्या गोष्टी सार्वजनिक झालेल्या असतात. काहींना तिथेही विनोद सुचतो. मग आजूबाजूला जराशी खसखस पिकते. तेवढंच वातावरण हलकं होतं. मग ते पाहून स्फूर्ती आलेला कुणीतरी (एक डोळा विशिष्ट व्यक्तीवर ठेवून) पीजे मारत सुटतो; पण त्याला अपेक्षित प्रतिसाद न मिळाल्यामुळं तो जरा खट्टू होतो. काहीजण रांगेतसुद्धा (अर्थातच चुकून!) धक्के मारून घेतात.

अशा वातावरणात कुणीतरी सात्त्विक संतापानं म्हणतं, "अहो, किती वेळ थांबायचं, आणखी माणसं बसवा, तिकडचं काउन्टरपण सुरू करा ना..."

आतून उत्तर येतं, "माणसं नाहीयेत आज."

तेवढ्यात कुणाला तरी आठवतं, "बॅकअप असेल ना?"

"संपलाय," निर्विकार उत्तर येतं.

मग चरफडणाऱ्या माणसांचा नोटाबंदी, कॅशलेस, बेकारी, आउटसोर्सिंग, भारनियमन, ट्रॅफिक... अशा विविध विषयांवर मुक्त परिसंवाद सुरू होतो.

तितक्यात 'पीऽऽऽक' आवाज येतो. लाईट येतात. वरचे पंखे आढेवेढे घेत रॉव रॉव रॉव करत वेग घेतात. रांगेत थोडं चैतन्य संचारतं. 'मोक्षा'ची घडी समीप येते. काम सुरू होतं. रांग मंदगतीनं पुढं सरकू लागते. चेकवरचे चुकीचे अथवा अपुरे तपशील, नोट चालणार नाही, सुटे पैसे द्या, फाइन भरावा लागेल, चुकीच्या बिलाची तक्रार इथे नाही, हेड ऑफिसला करा वगैरे. 'व्यक्ती तितके प्रॉब्लेम्स' अशा पद्धतीने

सगळे वाद-संवाद-सोपस्कार पार पडतात. अखेर आपला नंबर येतो. आता नेमकं आपल्याच वेळी कॉम्प्युटर हँग होणं, प्रिंटरची रिबन बदलायला येणं, सिस्टिम डाऊन होणं, संबंधित माणसाला फोन / बोलावणं येणं, त्याने चहाला उठणं यातलं काहीही न होता आपलं काम सुरळीत होण्यास पुण्याईचं बळ पाठी असावं लागतं. मग तो माणूस आपण दिलेली कागदपत्रे वा बिल/नोटा/चेक उलटच्यापालटच्या करून आणि इतक्या संशयाने पाहतो, की आपल्या नागरिकत्वाच्या खरेपणाची आपली आपल्यालाच शंका येऊ लागलेली असते. असूनी 'आधार' मी निराधार अशी! आणि 'आपण काही बनावट चलनाचं रॅकेट चालवत नाही, काही काळजी करू नकोस' अशी स्वत:लाच धीर देऊन समजूत घालावी लागते.

अखेर... आपलं काम होतं. फक्त जर त्या दिवशी, आपल्यापाशी नंबर आल्यावर 'खिडकी' बंद होण्याची हीच ती घडी... हाच तो क्षण अशी पापग्रहांनी युती करून ठरवलं असेल, तर आणखी काही वेळ तंगावं लागतं आणि 'रांगणे' हा शब्द कशावरून आला असेल तेही ठळकपणे कळतं, अशा रांगेत उभं राहिल्यावर!

❖

'सांगा कसं जगणार... कण्हत कण्हत की गाणं म्हणत?'

एक विनोद आहे.

एकजण म्हणतो की, मी "मी शंभर वर्षांचा आहे आणि मी तुम्हाला शंभर वर्षं जगायची युक्ती सांगतो!" त्यावर आजूबाजूचे सगळेजण कान टवकारून ऐकू लागतात. त्यातला एकजण म्हणतो, "सांगा पाहू, काय युक्ती आहे तुमची."

त्यावर तो 'सेंच्युरियन' सांगू लागतो - "मी आयुष्यात कायम चहा, तंबाखू यांपासून दूर राहिलो..."

उपस्थित ऐकत होते.

"मी काय मदिरा, मदिराक्षी यांपासून दूर राहिलो."

..."मी कधीही सिगारेट, विडी असल्या कशालाही स्पर्श केला नाही, मग मादक द्रव्य वगैरे तर दूरच!"

..."मी कधीही मांसाहार घेतला नाही..."

हे ऐकताच एकजण म्हणाला, "एवढं सगळं टाळायचं तर मग शंभर वर्षं जगायचं कशाला?"

सध्या बहुतेक ठिकाणी प्रचलित जीवनशैली पाहिली, तर हा विनोद विनोद न वाटता ते वास्तव आहे असं लक्षात येईल. गेल्या काही वर्षांत जीवनशैली इतक्या वेगानं बदलली आहे, बदलते आहे की, आपल्या पारंपरिक राहणीमानातल्या, संस्कृतीतल्या खूपशा गोष्टी लयाला गेल्या आहेत असं दिसेल आणि अर्थातच त्याचे 'परिणाम' हे मुख्यत्वे अनारोग्य, ताणतणाव (आणि त्यामुळं निर्माण होणाऱ्या शारीरिक समस्या) या रूपात समोर येत आहेत.

या साऱ्याला बदलती सामाजिक व कौटुंबिक स्थिती हे मुख्य कारण आहे. त्या जोडीला स्पर्धात्मक जगासोबत धावण्याची सक्ती, मनाला-देहाला व जिभेला तात्पुरती सुखावणारी अनेक आमिषं, त्यांची सहज उपलब्धता, शिवाय 'क्रेझ' एकूणच आर्थिक सुबत्ता असे अनेक पूरक घटकही आहेत.

विभक्त कुटुंब पद्धतीमुळं कुटुंबं छोटी झाली, फ्लॅटच्या मर्यादित परिघात आयुष्य घालवू लागली. शेजारीपाजारी, वाड्याच्या अंगणात मुलांचा धुडगूस, खेळ वगैरे गोष्टी मोठ्यांकडून ऐकण्यापुरत्या उरल्या. त्यातच टीव्ही आणि त्यावरील भरपूर वाहिन्यांचं आगमन झालं. मग काय, घरातले पिंकी व बंटी बहुतांश वेळ कोचावर लोळत या 'इडियट बॉक्स'पुढं बधिरल्यासारखे समाधिस्थ होऊ लागले. आई-बाबा दोघंही नोकरीच्या निमित्तानं बाहेर; त्यांच्या समस्या आणखी वेगळ्या! आई घर व ऑफिस या दोन्ही आघाड्यांवर मेळ घालताना मेटाकुटीला, तर बाबा स्वतःचं स्थान, स्वतःची मिळकत यात पुढं जाण्यासाठी शर्यतीत धावत सुटलेले... परिणामी, घरात भरपूर पैसा येत असूनही शांती, स्वास्थ्य, परस्परसंवाद, घराची ऊब या गोष्टींना सगळेजणच पारखे!

हे किंवा याच्या जवळपासचं चित्र आपल्याला सगळीकडं पाहायला मिळतं. या ताणतणावांचा आणि या जीवनशैलीचा परिणाम म्हणून 'भरल्या पोटी' असणारे पिंकी-बंटी कुपोषित असतात किंवा अगडबंब वजनाचे! कारण चिप्स, शीतपेयं, पिझ्झा-बर्गर अशा 'स्टायलिश' खाण्यातून त्यांच्या वाढत्या शरीराच्या गरजा भागणं शक्यच नसतं. शिवाय त्यांच्यावरही पृथ्वीतलावर आल्यापासून दोनच वर्षांत दप्तरासोबत शाळा व ट्यूशन्सचं ओझं लादलेलं असतंच. बाबांनी चार लोकांत वावरताना 'करावं' लागतं! या (सोईस्कर) सबबीखाली तर कधी स्वतःला 'टेन्शन' असह्य झालं म्हणून सिगारेट आणि दारू सुरू केलेली असते. आता ते पूर्णतः 'हॅबिच्युअल' झालेले असतात. चाळिशीच्या आसपासचे, ढेरी सुटलेले, डबल-तिबल हनुवटीवाले बाबा धापल्यासारख्या आवाजात बोलत असतात. दोन्ही बाळंतपणांत किलो-किलोंची कमाई केलेली आई दिसायला 'वजनदार' दिसली तरी डोळ्यांखाली काळी वर्तुळं आणि ॲनिमिक लक्षणांनी त्रस्त असते.

या साऱ्यामुळं वरवर सुखवस्तू वाटणारी माणसं वयाच्या अगदी

अलीकडच्या टप्प्यावरच वृद्धांना आणि वयासोबत अपरिहार्यपणे येणाऱ्या मर्यादांना लाजवतील अशी 'प्रगती' साधताना दिसताहेत. या 'नववृद्ध' कॅटेगरीनं काही प्रमाणात स्वतःच्या हातानं हे सगळं ओढवून घेतलंय असं म्हणता येईल.

जागतिक आरोग्य संघटनेच्या निष्कर्षानुसार, डॉक्टरांकडे येणाऱ्या रुग्णांपैकी ९५ टक्के रुग्णांचे आजार त्यांच्या सदोष जीवनशैलीमुळं उद्भवलेले असतात.

मग...? आपणही आपली जीवनशैली बदलण्यासाठी क्रमाक्रमानं टप्पाटप्प्यानं हळूहळू बदल करायला काय हरकत आहे? कारण शरीर साथ देत असेल, तरच आपल्याला आयुष्यातल्या इतर गोष्टींचा उपभोग घेणं, आपल्या क्षेत्रात काही कर्तबगारी गाजवणं शक्य आहे ना? आणि संपूर्ण परिवारासाठी विचारपूर्वक जीवनशैली घडवली तर घरातल्या बुजुर्गांच्या, मुलांच्या आणि कर्त्या स्त्री-पुरुषांच्या आरोग्यासाठी ते अत्यंत महत्त्वाचं ठरेल. सुयोग्य आहार, नियमित व्यायाम, मनःशांती, विश्रांती, सामाजिक स्वास्थ्य या काही घटकांचा आपल्या जीवनशैलीत जाणीवपूर्वक अंतर्भाव करणं आवश्यक आहे.

मध्यंतरी एक आरोग्यविषयक दशसूत्री वाचनात आली. दीर्घायुषी होण्यासाठी व आनंदी जीवन जगण्यासाठी हा दहाकलमी कार्यक्रम आहे. मनावर घेतला तर अगदी सोपा! मुळात आरोग्यविषयक कुठल्याही नेमाच्या किंवा बदलाच्या बाबतीत, तो तुम्ही नाराजीनं अथवा जोरजबरदस्तीनं करत असाल, तर तो खडतर आणि अवघडच वाटतो. आपल्याच मागं काय ही कटकट (आमच्या कोल्हापुरी शैलीत सांगायचं तर... आमच्याच मागं काय ही झडती!) किंवा आपल्याच मागं काय हा वनवास, अशा त्राग्यानं केला तर तो आणखी वैतागवाणा वाटतो. मात्र, निरोगी आयुष्य हा आनंदी जीवनाचा पाया आहे. आपल्याला भरपूर व धडधाकटपणे जगायचं आहे, त्यासाठी हे आवश्यक आहे, अशा भावनेनं या साऱ्याकडे पाहिलं तर मात्र हे सहज अंगवळणी पडेल, त्या दृष्टीनं विचार करायची सवय लागेल. आणि आपल्याच वर्तनातून मुलांनाही सहज 'वळण' लावता येईल.

मला एक जाहिरात आठवतेय - एका सुवर्णकाराच्या पेढीची जाहिरात होती. त्यात आजी, आई व मुलगी अशा तीन पिढ्यांतल्या

स्त्रिया होत्या आणि त्याखाली ओळ होती - 'पिढ्या बदलल्या, पेढी तीच!' त्या चालीवर आजच्या परिस्थितीत मला हेच म्हणावंसं वाटतं की, 'पिढ्या बदलल्या, तब्येत तीच!' कारण दातांचं आरोग्य, डोळे, केस, इतर फिटनेस या संदर्भात या तिन्ही पिढ्या एकाच 'स्टेज'ला आहेत आणि फ्रेशनेस व स्टॅमिना या संदर्भातही तेच म्हटलं तर तीही अतिशयोक्ती ठरणार नाही.

आपल्या जीवनशैलीमध्ये काही बदल करणं आवश्यक आहे की, ती पूर्णतःच बदलणं आवश्यक आहे... या दहाकलमी कार्यक्रमावरून तुम्ही स्वतःचं स्वतः ठरवा.

यातील पहिले सूत्र म्हणजे - मद्याचे मर्यादित सेवन.

काही काळापूर्वी आपल्या घरात निषिद्ध मानलं जाणारं मद्य आता 'रुटीन' बनलं आहे. प्रतिष्ठेचं, श्रीमंतीचं द्योतक बनलं आहे. सुरुवातीला फॅशन किंवा गंमत म्हणून आयुष्यात प्रवेश करणारं हे मद्य आयुष्याचा कबजा कधी घेतं आणि आरोग्याला सुरुंग लावतं ते 'स्फोट' झाल्यावरच कळतं. या संदर्भात तर 'पीनेवालों को पीने का बहाना चाहिए।' अशी स्थिती असते. आमचे एक अमेरिकास्थित नातेवाईक भारतात आले होते. त्यांना भेटायला त्यांचे कॉलेजमित्र आले. ते म्हणजे 'कम्प्लिट तळीराम'पदापर्यंत पोहोचलेले. गप्पांच्या ओघात त्यांची गाडी 'मुख्य' मार्गावर आली.

"तू ड्रिंक्स कधी घेतोस? कोणती घेतोस?" वगैरे चौकश्या आल्या.

ते म्हणाले, "मी कधीच 'घेत' नव्हतो व आताही घेत नाही."

त्यावर 'तळीराम' अविश्वासानं म्हणाले, "काय सांगतोस?"

त्यावर त्यांनी पुन्हा ठामपणे तेच सांगितलं.

त्यावर 'तळीराम' उद्‌गारले, "अरे, पण इतकी थंडी असते तिथं... निदान जराशी ब्रँडी तरी... थंडीसाठी म्हणून!"

त्यावर त्यांनी थंडीपासून संरक्षणासाठी इतर बरेच प्रभावी मार्ग असतात, त्याबद्दल सांगताच तळीरामांच्या चेहऱ्यावर स्पष्टपणे वाचता येतं होतं की... "असा कसा रे तू करंटा!"

मद्याचं मर्यादित सेवन हा अतिशय महत्त्वाचा घटक आहे.

दुसरे सूत्र म्हणजे - उत्तम कौटुंबिक, वैवाहिक व सामाजिक जीवन.

पूर्वी एकत्र कुटुंबात घरात ढीगभर माणसं असत, कळायला लागल्यापासून आपोआपच विविध नात्यांची ओळख होत असे, चार लोकांत जमवून घेण्याचं बाळकडू मिळत असे. आता घरं छोटी झाली. कामाच्या निमित्तानं खूप वेळ घराबाहेर राहणं अटळ आहे. स्पर्धेत धावताना नाती जोडणं, ती जपणं या गोष्टींना फारसं महत्त्व उरत नाही असं दिसतं. जोडीदाराशी अथवा कौटुंबिक सुसंवादही नसतो. नाती जोडायची, वाढवायची ती फक्त 'बिझनेस'च्या दृष्टीनं असा एक संकुचित आणि मतलबी प्रवाह मोठ्या प्रमाणात दिसतो आहे; त्यामुळं नात्यांचे विविध पदर, त्या रेशमी भावबंधांतली आपुलकी या साऱ्याला माणूस पारखा होतोय. आणि एकलकोंडी, एकाकी माणसं अनारोग्याची पटकन शिकार होतात, हे सिद्ध झालेलं आहेच; त्यामुळं आपण घरातले लोक, मित्र यांना गृहीत न धरता त्यांच्याप्रति आपलीही काही जबाबदारी आहे हे लक्षात घेऊन नाती जोडण्यासाठी, जपण्यासाठी व जोपासण्यासाठी जाणीवपूर्वक प्रयत्न केले पाहिजेत. आपल्या रंगांच्या माणसांचा सहवास, भावनिक आधार, सोबत मनाला खूप दिलासा व समाधान देत असतात.

तिसरे सूत्र म्हणजे - आपल्या मनाजोगत्या पद्धतीने जगता येईल अशा व शांत ठिकाणी वास्तव्य.

हा घटक प्रत्येक वेळी आपल्या हातात राहील असे नाही; पण आपला स्वाभाविक कल, आवडनिवड, आर्थिक परिस्थिती यानुसार त्या दृष्टीनं प्रयत्नशील असणं नक्कीच आपल्या हातात आहे. आजूबाजूला अशांत, असुरक्षित वातावरण असेल तर त्याचा ताण सदैव मनावर राहील. तसंच प्रत्येकाचं आपलं असं स्वप्न असतं, आवड असते. कुणाला गर्दीनं गजबजलेल्या रोडलगत घर असण्यात कृतार्थता वाटते, तर कुणाला गावापासून दूर, निवांत, प्रशस्त बाग- झाडं यांच्या सहवासात राहणं आवडतं. यातील पहिल्या माणसाच्या मते इतक्या दूर, निर्जन स्थळी राहणं म्हणजे मूर्खपणा असतो... "रात्री कुणी येऊन डोक्यात धोंडा घालून सगळं लुटून नेलं तरी कळणार नाही!" अशी त्याची प्रतिक्रिया असते, तर दुसऱ्या माणसाच्या दृष्टीनं, "तुम्ही खुराड्यात कोंडूनच मरा. वाहनांचे धूर खाऊन!" हा विचार बरोबर असतो. यात योग्य-अयोग्य सापेक्ष असतं. आपल्याला काय पचतं-रुचतं ते महत्त्वाचं!

चौथे सूत्र म्हणजे - वाहने, चॉकलेट व झोप यांचा प्रमाणात वापर.

यापैकी चॉकलेट हा पदार्थ आपल्याकडं तितका काळजीचा विषय नसतो. अजूनही चॉकलेट हा आपण लहान मुलांचा पदार्थ मानतो; त्यामुळं चॉकलेटचा अर्थ मोठ्याच्या दृष्टीनं आपण तारतम्यानं घेऊ या; पण लहान मुलांसाठी मात्र दातांचं आरोग्य या संदर्भात चॉकलेटच्या मुद्द्याकडं जरूर लक्ष द्यायला हवं.

वाहनांचा वापर आवश्यक असेल तेवढाच करा, शक्य तिथे पायी चालत जा, म्हणजे प्रदूषणाला आळा बसण्याबरोबरच आपल्या देहाला व्यायाम हा दुहेरी उद्देश सफल होऊ शकेल. आपल्याला सर्वांना अनुभव असेल की, वाहन ही सोय न राहता ती सवयच होऊन बसते आणि मग कोपऱ्यावर जायचं म्हटलं तरी पायी जाणं कंटाळवाणं होऊ लागतं!

झोप हाही एक अतिशय महत्त्वाचा घटक असतो. प्रत्येकानं शांत व पुरेशी झोप घेणं शरीरपेशींना व स्नायूंना विश्रांती मिळण्यासाठी आवश्यक असतं; पण प्रमाणाबाहेर जास्त किंवा आवश्यकतेपेक्षा कमी झोप अपायकारकच ठरते. दुपारची जराशी डुलकी ताजंतवानं करते; पण दुपारची झोप प्रमाणाबाहेर झाली तर जडत्व येतं, आळस जास्तच येतो हाही अनुभव सर्वांना असेल.

पाचवे सूत्र म्हणजे - बौद्धिक व्यायामाद्वारे मेंदू कार्यरत ठेवणे.

या संदर्भातही रोजचं काम झालंय थोडं आणि बौद्धिक व्यायाम कुठं करता! असा सूर उमटू शकेल; पण कोडी सोडवणं किंवा तत्सम प्रकार मेंदूला कार्यरत ठेवण्यास मदत करतील. शिवाय त्यानिमित्तानं मुलांशी, मित्रांशी, सहकाऱ्यांशी एक निराळंच नातं निर्माण होईल, मनाला समाधान लाभेल ते निराळंच!

सहावे सूत्र - कोणत्याही गोष्टीची काळजी करण्यापेक्षा, काळजी घेण्यावर लक्ष द्या.

'चिंता चितेकडं घेऊन जाते.' वगैरे काहीही उपदेश ऐकले असले तरी प्रत्येकाला कमी-अधिक प्रमाणात काळजीचा भुंगा कुरतडत असतोच. आरोग्य, आर्थिक परिस्थिती, नोकरी, बढती, विवाह, आजारपण, मृत्यू... काळज्यांचे विषय अनंत असतात; पण कधीकधी नुसत्या काळजीनंच माणूस निम्मा होतो. त्यातून ना समस्या दूर होते, ना प्रश्न सुटतात; त्यामुळं एखाद्या गोष्टीची काळजी करत राहण्यापेक्षा, त्यातून

तापदायक असं काही उद्भवू नये, याची जाणीवपूर्वक काळजी घेणं फार महत्त्वाचं ठरतं.

माझ्या एका मैत्रिणीची लहान मुलगी आहे. हातून काही पडलं, फुटलं, चुकलं की, तिचं उत्तर ठरलेलं.. "मी मुद्दाम नाही ना केलं?"

त्यावर माझी मैत्रीण तिला नेहमी समजवायची, "अगं तू मुद्दाम का करशील? तू मुद्दाम केलं नाहीस हे माहितीये मला; पण असं होऊ नये म्हणून याकडं मुद्दाम लक्ष द्यायचं."

सगळ्या छोट्या-मोठ्या गोष्टींनाही हाच नियम लागू होतो असं नाही वाटत?

सातवे सूत्र म्हणजे - काय व कसे खायचे त्यावर स्वतःच नियंत्रण ठेवणं.

'खाणं' हा जीवनातला अविभाज्य भाग आहे. आज जगभरातले खासम-खास पदार्थ आपल्यासाठी सज्ज आहेत; पण यामध्ये आपली 'प्रकृती' ओळखणं, आपल्याला काय मानवतं त्यानुसार म्हणजेच तारतम्य राखणं, संयम ठेवणं हे आपल्याच हातात असतं. छान लागतं म्हणून पोटाला तडस लागेपर्यंत खायचं आणि पुढं त्याचे परिणाम भोगत राहायचं की आपल्या पोटाच्या अदमासानं, नीट चावून पदार्थाचा चवीनं आस्वाद घेत खाण्याचा आनंद मिळवायचा (आणि तो टिकवायचा!) या दोन्हींतला पर्याय निवडणं शब्दशः आपल्याच 'हातात' आहे. वाचत, टीव्ही बघत, कचकच-भांडणं करत बकाबका कोंबत जेवायचं की घरच्यांच्या सोबत, दिवसभरातल्या गमतीजमती 'शेअर' करत हलक्याफुलक्या वातावरणात जेवणाचं पवित्र कर्म करायचं तेही आपल्याच हातात असतं. या संदर्भात 'अमका-तमका रोज तमुक-तमुक चापतो तरी तो सत्तराव्या वर्षीसुद्धा ठणठणीत आहे.' अशी बरोबरी करण्याचा काही उपयोग नाही.

आठवे सूत्र म्हणजे - जीवनातील रोमांचक अनुभवांचा आस्वाद घेणे

रोजच्या व्यापात वैतागून गेलेली मनं ऑफिसला जाताना शर्टाचं बटण तुटलं किंवा स्वयंपाक करताना ऐनवेळी दोन वांग्यातलं एक वांगं किडकं निघालं असले 'आकस्मिक आघात' सहन करायच्या स्थितीत नसतात; त्यांना आयुष्यात रोमांचक ते काय वाटणार? नव्या गोष्टी

शिकणं, पाहणं, अनुभवणं, प्रवास, भ्रमंती, जलतरण, क्रीडाप्रकार अशा कित्येक गोष्टी करून पाहणं, शिकणं शक्य असतं. फक्त मनात तो उत्साह जागवून प्रसंगातली रोमांचकता शोधणं आणि ती अनुभवणं याचं मनाला वळण लावायला हवं. नव्यानं समोर येणाऱ्या गोष्टी किंवा बदल घडवणं या संदर्भातही त्याकडे वेगळा अनुभव किंवा संधी म्हणून पाहण्यासाठी मनाला हे 'वळण' असणं आवश्यक ठरेल.

नववे सूत्र - जगातील नवनव्या तंत्रज्ञानाचा स्वीकार करणे.

पूर्वीच्या काळापासून ते आजतागायत तंत्रज्ञानाच्या आघाडीवर प्रचंड प्रगती झाली आहे. यातील अनेक बाबींनी आपलं नित्य जीवन कितीतरी सुखद व आरामदायी बनवलं आहे. आपल्या आयुष्यात जिथं आवश्यक तिथं या तंत्रज्ञानाचा स्वीकार आपलं आयुष्य अधिक सोपं-सुलभ बनवेल. त्यामध्ये दुराग्रह किंवा जुन्याला चिकटून राहण्याचा अट्टहास काय कामाचा? तसंच नवं तंत्रज्ञान आत्मसात करण्याच्या बाबतीत (उदा. संगणकाचा वापर, ई-मेल इत्यादी) नव्यानं शिकणं, आपल्यापेक्षा लहानांकडून जाणून घेणं यात कसला आलाय कमीपणा? अनेकांच्या बाबतीत नव्या तंत्रज्ञानाच्या स्वीकारासंदर्भात असे 'ब्लॉक' आडवे येतात. त्याउलट आत्मविश्वासानं नव्याचा स्वीकार करायला हवा.

अखेरचे व दहावे सूत्र म्हणजे - हसत राहा आणि आनंदी राहा.

असं म्हणतात की, If you smile, world will smile with you. If you weep, you will weep alone.

आपल्याकडं मराठी एक म्हण आहेच- हसरं मूल जगाचं, रडवं मूल आईचं.

अभ्यासकांच्या मतानुसार, कपाळाला आठ्या पाडणं किंवा चेहऱ्यावर संतप्त भाव आणणं यासाठी जितक्या स्नायूंची हालचाल करावी लागते, त्यापेक्षा स्मितहास्यासाठी कितीतरी कमी स्नायूंची हालचाल होते.

तरी काही माणसं हसायला पैसे पडत असल्यासारखी म्हणजेच जोडे मारल्यासारख्या तोंडानं वावरत असतात. आपण हसल्यानं आपल्याला आणि आपल्या सहवासात येणाऱ्यांनाही फ्रेश... ताजं, टवटवीत व प्रसन्न वाटतं. सस्मित चेहरा तुमच्याविषयी चांगलं मत बनवतो आणि

हसणं 'संसर्गजन्य' असल्यामुळे हसतमुख माणसं सर्वांनाच हवीहवीशी वाटतात. त्यांच्या अस्तित्वानं प्रसन्नतेचा सुखद शिडकावा होतो. आनंदी राहणं हीसुद्धा कला आहे. त्यासाठीसुद्धा मनाला 'वळण' लावावं लागतं. जे जवळ नाही त्याबद्दल नाराजी, जे मनाजोगतं नाही त्याबद्दल कुरकुर आपण नेहमीच करतो; पण जे जवळ आहे, अनुकूल आहे, केवळ निसर्गदत्त आहे अशा कुठल्या गोष्टीबद्दल आपल्याला कृतज्ञता वाटते? जणू हे सगळं मिळणं हा आपला हक्कच असतो. आनंद मानण्यावर असतो आणि आपल्या जीवनातला आनंदाचा ठेवा आपणच शोधून काढायला हवा.

आपण वयाच्या, स्थानाच्या, तब्येतीच्या कुठल्याही टप्प्यावर असलो तरी या दहा सूत्रांवर मनापासून विचार आणि त्यानुसार जीवनशैलीत आवश्यक ते बदल केल्यास 'आनंदी आनंद गडे...' हे गाणं खऱ्या अर्थानं ओठांवर येईल, हो ना?

❖

वन्स अपॉन अ टाइम...

वन्स अपॉन अ टाइम... माणसं वेळ घालवण्यासाठी गप्पा मारत असत. वाचत असत. खेड्यापाड्यांत पारावरच्या गप्पा होत असत. आपले पूर्वज टीव्हीशिवाय (आणि आता तर इंटरनेट व मोबाइलशिवाय) कसे जगत असतील, या कल्पनेनं आत्ताच्या पिढीला कीव-कणव येत असली आणि हे अगदी मागास, भयंकर, अतर्क्य वगैरे वाटत असलं तरी प्रत्यक्षात तसं काहीही नव्हतं. ती माणसंही मजेत, निवांत विरंगुळा शोधायची! मैदानावर किंवा गल्लीबोळात मुलांचे खेळ रंगत, बायकांचंही माजघरात, देवळात, वाड्याच्या चौकात गप्पाष्टक जमत असे...

हळूहळू जीवनाची गती वाढत गेली. तो वेगही भलताच वाढत गेला, इतका की, गाडीनं जास्त वेग घेतल्यावर जशी बाहेरची दृश्यं धूसर होतात. कुठल्याच 'फ्रेम'वर नजर थांबू शकत नाही, तसंच आयुष्याचंही झालं. दरम्यान, घराघरांत टीव्हीची 'प्राणप्रतिष्ठा' झाली. (म्हणजे त्यात लोकांचा प्राण अडकलेला असतो आणि ते प्रतिष्ठेचं लक्षणही असतं) एकेकाळी कृष्ण-धवल असणारा टीव्ही रंगीत झाला, आकारानं मोठा झाला आणि आता तर एलसीडी, प्लाइमा, एलइडी अशी एकेक प्रगतीची शिखरं सर करत चालला आहे. अलीकडं तर संपर्काच्या महाजालाची व्याप्तीही प्रचंड वाढली, हे सगळं किती सहज उपलब्ध होऊ लागलं आणि तितक्याच सहजपणे आपल्या आयुष्याचा अविभाज्य भाग बनत गेलं...

प्रशस्त घर किंवा वाडा ही कल्पना लोप पावत, घराचा पैस आकसत त्याचा 'ब्लॉक' बनला आणि या आकाराला सोयीची ठरेल

अशा प्रकारे घरातल्या माणसांची संख्याही मोजकी झाली. कुटुंबातील सदस्यसंख्या रोडावत असताना टीव्ही हा घरातला जणू एक सदस्य बनून गेला. त्यानं साऱ्यांचंच आयुष्य व्यापून टाकलं. आधी फक्त ठरावीक वेळ आणि एकच चॅनल असणारा टीव्ही बहुचॅनल आणि अविरत सुरू झाला. त्यानंतर ओघानंच निरनिराळ्या कार्यक्रमांचाही भडिमार सुरू झाला. एरवी तुरळक प्रमाणात असणारा 'डेली सोप'चा फेसाळ रतीब घरोघरी नेमानं सुरू झाला आणि त्यातली पात्रं, त्यांची आयुष्यं, त्यातल्या फॅशन यामध्ये सर्वसामान्य माणूस गुंतू लागला, गुरफटू लागला. अविरत सुरू असणाऱ्या या चॅनल्सवर घरबसल्या सगळ्या भाषांतले कार्यक्रम आणि नवे-जुने सगळे सिनेमे घरबसल्या पाहायला मिळू लागले. फक्त गाण्यांच्या स्वतंत्र चॅनल्समुळे कोणे एके काळी असणारी 'चित्रहार' किंवा 'रंगोली'ची अपूर्वाई संपली. सारं किती सहज आणि भरपूर पर्यायांसह उपलब्ध झालं.

माणसाचं परस्परांशी नातं जुळण्यापेक्षा छोट्या-मोठ्या पडद्याच्या रुपेरी विश्वाशी आणि 'व्हर्च्युअल वर्ल्ड'शी जास्त गट्टी जमली. कुणी सामाजिक प्रश्नांचा आढावा घेणाऱ्या आणि त्यावरील (ठरावीक चेहऱ्यांची) चर्चा ऐकण्यात, कुणी 'रिॲलिटी शो'च्या विजेत्यांचे आडाखे बांधण्यात (आणि ते चुकले की चरफडण्यात) तर कुणी एखाद्या मालिकेतल्या सुख दुखणाऱ्या घरातल्या भरजरी, सालंकृत (जणू प्रॉब्लेम-ॲडिक्ट म्हणावी अशा) नायिकेपुढं वाढून ठेवलेल्या संकटांत रमू लागलं. यातच, काळाच्या ओघात विस्मृतीत गेलेल्या चित्रपटांपासून ते आत्ताच्या नव्या सुपरहिट चित्रपटांपर्यंत सगळे चित्रपट आणि दक्षिणेकडच्या चित्रपटांचे हिंदी 'रिमेक' किंवा त्यांचं 'डब' रूपही नित्य भेटीला येऊ लागलं. घरबसल्या होणारं हे मनोरंजन काहींच्या बाबतीत डोक्यात जाण्याइतकं अतिरेकी होऊ लागलं, तर काहीजणांसाठी हा खरोखर वेळ घालवण्याचा, विरंगुळ्याचा आधार झाला.

बऱ्याच ठिकाणी रात्रीचं जेवण घरातल्यांनी एकमेकांच्या सोबतीनं नाही घेतलं, तरी ते टीव्हीच्या सोबतीनं मात्र होऊ लागलं. काही ठिकाणी टीव्हीच्या निमित्तानं सगळे एकत्र येऊ लागले. टेनिस, फुटबॉल आणि मुख्य म्हणजे क्रिकेट सामन्यांचा आनंद एकत्र घेऊ लागले.

काही वर्षांपूर्वी आमचे एक परदेशस्थ नातेवाईक भारतात आले

होते. दुसऱ्या एका नातेवाइकांना भेटायला जाताना ते अगदी मुद्दाम संध्याकाळी उशिराची वेळ गाठून गेले, त्या वेळी घरातले सगळे एकाच वेळी भेटतील म्हणून! त्या घरातल्या बाई भराभरा काम आवरून मोकळं होण्याच्या घाईत लगबग लगबग करत होत्या. अखेर त्या सगळी कामं उरकून दिवाणखान्यात आल्या, तेव्हा त्यांनी जरबेच्या आवाजात घरातल्यांना फर्मान सोडलं,

"एऽऽ आता कुणी बोलायचं नाही हं मधेमधे... आणि मला अजिबात उठवायचं नाही सांगते... काय हवं असेल ते आत्ताच सांगा. आज प्रेताला वाचा फुटणार आहे ना?"

हा ठसकेबाज संवाद ऐकून एनआरआय पाहुण्यांना घाम फुटला...! मग त्यांना कळलं की, कुठल्याशा रहस्यमालिकेच्या 'प्रेताला वाचा फुटली' टाइपचं शीर्षक असलेल्या एपिसोडच्या 'कन्टिन्यूड' भागात त्या दिवशी खुनाचं रहस्य उलगडणार होतं!

साऱ्यांची भेट, गप्पा अशा मिषानं स्वतःचा बडेजाव मारायला आलेले पाहुणे चुपचाप बसले. आता याला माणसामाणसांतलं 'अंतर' जबाबदार आहे का हा मुद्दा वेगळा... सांगायचा मुद्दा असा की, हे माध्यम आपल्या आयुष्यात असं खोलवर झिरपलं आहे.

❖

इट्स डिफ्रन्ट!

'इडियट बॉक्स' हे बिरुद लाभलेलं टीव्ही हे माध्यम जसं घराघराचा हिस्सा बनलं, तसं त्यावरून येणाऱ्या जाहिराती हा (व्यावसायिक) प्रकारसुद्धा जोरात सुरू झाला. तोवर अशा जाहिराती ठळकपणे पाहायला मिळायच्या त्या मुख्यत्वे दिवाळी अंकात, विशेषांकात आणि थिएटरमध्ये सिनेमा सुरू होण्याआधी! पुढे काही वेळा मध्यंतरातसुद्धा हळूहळू या रंगीबेरंगी जाहिराती येऊ लागल्या आणि दृक्-श्राव्य माध्यमातील जाहिरातींमध्ये ताजे-टवटवीत, प्रसन्न चेहरे, ओठांवर अलगद रुळणाऱ्या जिंगल्स आणि कॅचलाइन्स लक्ष वेधून घेऊ लागल्या. (तोवर, मिक्सरच्या जाहिरातीतल्या रेखाचित्रातील स्मार्ट वूमन, टूथपेस्टची चव सांगणारी मुलगी किंवा दातांनी अक्रोड फोडणारे आजोबा अशा तुरळक जाहिराती माहीत असत!)

क्रिकेटच्या सामन्यांदरम्यान तर जाहिरातींच्या माऱ्यात महत्त्वाचा बॉल हरवतोय की काय, अशी अवस्था असायची. पुढं पुढं तर कार्यक्रमांदरम्यान जाहिरातींचं प्रमाण किती असावं, याबाबत नियम ठरवण्याची वेळ आली!

या जाहिरातींमधून नक्कीच खूप चांगल्या, चमकदार कल्पना समोर येतात. जिंगल्स मनात किणकिणत राहतात. अंगावरून छानशी झुळूक जावी तशा काही कल्पना आवडून जातात, तर काही गोष्टी 'हॅमर' होत जाहिरातीचा उद्देश सार्थ करत राहतात. काही गाणी जशी त्यातले शब्द किंवा चाल आवडत नसली तरी तोंडात बसतात, तशा या जाहिरातीसुद्धा मनात रेंगाळू लागल्या, ओठांवर रुळू लागल्या.

या सगळ्यात अगदी सुरुवातीला 'टार्गेट' असायचा तो महिलावर्ग. त्यांना त्या 'प्रॉडक्ट'चा मोह पडला पाहिजे, अशा जाहिराती असायच्या (म्हणजे अमका-तमका मिक्सर वापरून, भराभरा कामं उरकून शिवाय स्मार्ट-चटपटीत वगैरे वगैरे) त्यानंतर हा 'फोकस' लहान मुलांकडं 'शिफ्ट' झालेला दिसू लागला. दरम्यान, उत्पादनं वाढली, जाहिरातीही वाढल्या. सगळं कसं 'न्यू' 'नया...' आणि 'अधिक असरदार' बनत गेलं. असे सगळे बदल काळानुरूप होतच असतात, फक्त जाहिरातीत एक गोष्ट मात्र कायम टिकून राहिली, ती म्हणजे - सदाहरित, टवटवीत, उत्साही, कार्यमग्न, हुशार, तरतरीत गृहिणी!

काळ बदलत गेला तशा तिच्यावर आणखी जबाबदाऱ्या वाढल्या. मग ती घर आणि करिअर यांचा उत्तम समतोल साधणारी, कॉर्पोरेट वर्ल्डमध्ये वावरणारी, शिवाय सौंदर्य, आहार, आरोग्य, शिक्षण (स्वतःचं आणि मुख्यत्वे घरातल्यांचं) वगैरे वगैरेंबाबतही दक्ष दिसू लागली. ... 'और तेज' बनत गेली.

जाहिरातीतल्या गृहिणीचं चित्र किती छान, लोभस असतं ना! नवरा घरी उशिरा आला म्हणून ती रुसून बसत नाही... मुलं बाहेर चिखलात लोळून आली, घरात पसारा घालून बसली तरी ती "कार्ट्याऽ" म्हणून चिडून धपाटा घालत नाही... कपाट उघडताच त्यातून कोंबलेल्या कपड्यांचा ढीग बाहेर कोसळला तरी वैतागत नाही... घरातल्या प्रत्येकानं एकाच वेळी निरनिराळ्या पदार्थांची फर्माईश केली तरी ती भडकत नाही, "मला दोनच हात आहेत ना..." असं ती करवादत नाही किंवा 'सकाळपासून एकटी मरतेय मी..." असा त्रागाही करत नाही. प्रश्न डासांचा असो, 'कीटाणू'चा की कोलेस्ट्रॉलचा... प्रश्न 'एनर्जी'चा असो, केसांचा असो की, लचक, चमक इत्यादी कशाचाही! तिचं नैपुण्य आणि ज्ञान वादातीत असतं. कपडे धुणं आणि भांडी घासणं यात तर ती पीएच.डी.च असते. शिवाय ती व्यवहारात चोख, सजग असणार अगदी 'बाय डिफॉल्ट!' तिच्याकडे सगळ्यावर काहीतरी चुटकीसरशी उपाय असतो. सिरॅमिक-प्लायवूड असो की, चहा-सरबत, कार-मोबाइल असो की, बढते बच्चों की समस्या, तारुण्यपीटिका असोत की पित्तशामक उपाय, पेन-बॉलपेन असो की, गुंतवणुकीचा विश्वसनीय पर्याय... ही प्रसन्नवदना, अद्‌भुत ऊर्जासंपन्न मोहिनी सगळ्यातलं सगळं जाणत

असते. (रेझर, दाढीची साबणं-क्रीम, आफ्टरशेव्ह यातलंसुद्धा तिला कळतं, तिथं बाकीचं काय विशेष!)

हिचा पदार्थ बिघडत नाही. अंदाज चुकत नाही. कंटाळा-वैताग-खिन्नता तर तिच्याजवळही येत नाही. (आणि चुकून तसं घडलंच तर तिला त्यावरचा मार्गही माहीत असतोच!) अशी ही बहुभुजा 'सुपरवूमन' सगळ्या आघाड्यांवर चौफेर टोलेबाजी करूनही कायम फ्रेश... ताजी-टवटवीत, उत्साही असणं हेच आपल्या परिचयाचं आहे. अशा प्रकारे नित्य नवे चेहरे आणि उत्पादनं आपल्याला रोज पाहायला मिळत आहेत.

परवाचीच गोष्ट. शेजारच्या घरात रात्रीचं जेवण कम टीव्ही पाहणं असा नेहमीचा कार्यक्रम सुरू होता. घरातल्या आजी मात्र हा प्रकार आवडत नसल्यामुळे जेवण-खाण आटोपून टीव्ही पाहत होत्या. तितक्यात टीव्हीवर जाहिराती सुरू झाल्या. नेमके त्याच वेळी टीव्हीच्या पडद्यावर निरनिराळे रंग व आकाराचे कीटाणू वळवळू लागले आणि 'रात्रंदिन आम्हा युद्धाचा प्रसंग' अशा दक्ष कार्यतत्परतेनं सुहास्यवदना गृहिणी जादूची कांडी फिरवत क्षणार्धात ती समस्या सोडवायला मैदानात उतरली. मग या 'कीटाणूंना' पळवून लावणाऱ्या अधिक शक्तिशाली उत्पादनाबाबत सविस्तर माहिती सुरू झाली.

ते पाहून आजी कडाडल्या, "हंऽऽ... माणसं जेवायला बसली की, झाली का यांची खराटा मारायला सुरुवात..."

"ईऽऽऽ आजी...श्शीऽऽ" त्यांच्या नुकत्याच कॉलेजमध्ये जाऊ लागलेल्या नातीला आजीची ही 'कॉमेन्ट' फारच 'रबिश' वाटली होती.

"शी का..." आजी ठसक्यात म्हणाल्या.

"तिथं सुगंध काय फवारताय, हात काय फिरवून बघताय... आणि रोज हेच बघत जेवता, तेव्हा शी नाही वाटत आणि त्याबद्दल नुसतं बोललं तरी शी होय?"

आजींच्या बिनतोड मुद्द्यावर सगळे निरुत्तर होऊन मुकाट्यानं जेवू लागले.

❖

शुभ्र काही जीवघेणे!

सर्वसाधारणपणे पाहिलं, तर आपल्या आयुष्यात संमिश्र स्वभावाची माणसं असतात. (यात आपणही आलोच!) म्हणजे चांगल्या-वाईट गुणांचं मिश्रण असलेली. मुळात चांगुलपणा हा अनेक बाबतींत सापेक्ष असतो आणि अगदी पूर्ण चांगलं... अगदी 'फ्लॉलेस' कुणीच नसतं, तसं फक्त काळंकुट्ट असंही कुणी नसतं. प्रत्येकामध्ये बऱ्या-वाईट गोष्टी असतात. प्रत्येक प्रसंगात वेगवेगळ्या माणसांचे वेगवेगळे गुण प्रकट होत असतात, अर्थातच बरे व वाईट असे दोन्हीही!

पण गेल्या काही वर्षांत, टीव्हीवरून 'डेली सोप'नामक जो नियमित रतीब सुरू आहे, त्यामध्ये जवळपास प्रत्येक मालिकेत (क्वचित कुठं अपवाद असला तर असेल!) ॲटलिस्ट एकतरी पात्र असं आहे की, ते सगळ्या क्षुद्र मानवी भावभावनांच्या पलीकडं जाऊन, संसाररूपी यज्ञात नित्य त्यागाची आहुती देत असतं.

हे पात्र फक्त चांगलं आणि चांगलंच असतं. बहुतेक करून हा मान त्या घरच्या सुनेचा असतो. काही ठिकाणी ती सासरी येऊन रुळलेली असते, तर काही ठिकाणी ती नुकतंच माप लवंडून घरात आलेली असते; पण यामुळं काहीही फरक पडत नाही. तिच्या विचारांच्या आणि कर्तव्याच्या कक्षा अतिरुंद आणि अतिविशालच असतात. शिवाय, विचारसरणी अत्यंत उदार, वृत्ती पराकोटीची क्षमाशील आणि कर्तव्यभावना इतकी प्रखर की, काय सांगावं! त्याचबरोबर संस्कारांचं तर ती मूर्तिमंत उदाहरणच!

वास्तवात, 'भले तर देऊ कासेची लंगोटी । नाठाळाचे माथी हाणू

काठी।।' अशा वृत्तीनं वागणारे बरेचजण असतात. काहीजण आपल्याला अप्रिय वाटणाऱ्या लोकांपासून चार हात दूर राहतात, काहीजण घातकी वाटणाऱ्यांपासून सावध असतात, काहींना माणसांची उत्तम पारख असते, काहीजण न बोलून असतात, काहीजण मनात ठेवणारे असतात. वेळ आली की, 'हिशेब' चुकता करतात, काहीजण डायरेक्ट शिंगावर घेणारे असतात... पण हे सगळं आपल्यासारख्या सामान्यजनांच्या बाबतीतलं! मालिकांमधल्या या फक्त आणि फक्त सद्गुणी 'शुभ्र' पात्राला हे नियम लागू नसतात. हे पात्र सतत फक्त चांगलं आणि चांगलंच असतं... इतकं की, दर्शकांनासुद्धा त्याच्या वागण्याचा अंदाज (आणि चीड!) आधी येऊ लागतो, तोसुद्धा अचूक! वास्तवात माणसं 'अनप्रेडिक्टेबल' असतात; पण मालिकेत... छे ऽ छे! हे शुभ्र पात्र अक्षरशः जीवघेणं ठरायची वेळ असते. त्या पात्रासाठीही आणि टीव्हीला डोळे खिळवून बसलेल्यांसाठीही!

❖

या संकटांनो या!

मालिकांमधलं असं हे 'शुभ्र' पात्र खलनायकी फळीच्या कारवायांना किती सहज बळी पडतं ना! प्रतिकारशक्ती कमी असल्यामुळं एखाद्यानं साथीच्या आजाराला बळी पडावं तितक्या सहजतेनं...

बाकी एरवी या शुभ्रा अतिशय दक्ष, धोरणी, धाडसी, करारी, ठाम, सुशील, सदसद्विवेक बुद्धीला स्मरून वागणाऱ्या... (हे सगळे गुण त्या निरनिराळ्या संकटांत दाखवतच असतात!) वगैरे वगैरे असतात; पण खलनायकांची (त्यातसुद्धा खलनायिकांची!) टोळी जाळं टाकते तेव्हा या शुभ्रा, लहान मुलीनं "मीपण येते, मीपण येते." म्हणून खेळात सहभागी व्हावं तशा पद्धतीनं, त्यांच्या जाळ्यात अगदी अलगद सापडतात.

आतापर्यंत गाठीशी कोणतेही आणि कसलेही अनुभव जमा असले तरी, 'अनुभवानं शहाणं होणं' हा प्रकार या कॅटेगरीला अजिबात ठाऊक नसल्यानं, त्या चांगुलपणाच्या एकुलत्या एक चष्म्यातूनच सगळ्या जगाकडं पाहत असतात. प्रत्यक्षात माणूस किरकोळ वाटणारा वाईट अनुभवसुद्धा कधी विसरत नाही. संधी मिळेल तेव्हा त्याचा अचूक उद्धार करत असतो; पण या शुभ्रांचं मात्र तसं नसतं. प्रत्यक्षात, "तुमच्या बहिणीनं दिलेल्या साडीचं एका धुण्यात पोतेरं झालं होतं!" ही गोष्ट बायका नवऱ्याला आजन्म ऐकवत राहतात; पण सात्त्विक शुभ्रांची गोष्टच वेगळी असते. एवढंच काय, एखाद्यानं कळवळून त्यांना सावध केलं, तर त्या त्याच्या बोलण्याचा किंवा त्याच्या उद्देशाचा विचार करणं तर दूरच; पण उलट त्याच माणसाला सुनावतात आणि

संकटाच्या दिशेनं आपणहून ऐंशीच्या वेगानं पळत जातात.

घरावर संकटं आली की, जणू यांची सुगीच सुरू होते! आता मज्जा... प्रॉब्लेमच प्रॉब्लेम... आऽऽहाऽऽ अशाच जणू आविर्भावात त्यांच्या त्यागाला आणि कर्तबगारीला नुसती झळाळी चढते. इतर गोष्टींमुळे म्हणजेच बाहेरून येऊन आदळणारी संकटं वेगळी; पण या शुभ्रा बरेचदा संकटांना जणू आतुरतेनं आवतन देत असतात. 'फार दिवस झाले बाई... इतकं सगळं सुरळीत कसं काय...' असं वाटत असल्यासारखं.

अर्थात, 'रात्रीच्या गर्भात असे उद्याचा उषःकाल' म्हणतात तसं आधीच्या काही कारवायांत उद्याच्या संकटांची निर्मिती 'ऑलरेडी' झालेलीच असल्यामुळं त्यांना तशी फारशी प्रतीक्षा करावी लागत नाही. संकटं अशी दाराशी रांग लावून उभीच असतात!

परवा तर एका मालिकेत चक्क अशा एका शुभ्राला घरच्यांनी सांगितलं की,

"बाई गं, तुझा हा चांगुलपणा आवरता घे; त्यामुळं तू तर संकटात अडकतेसच, शिवाय त्याचा तुझ्या नवऱ्याला आणि घरातल्या बाकीच्यांनाही त्रास होतो..."

पण म्हणून ती काय ऐकणार आहे थोडीच?

अशाच एका मालिकेत शुभ्राचा नवरा एकदा तिला म्हणाला होता, "तू अशी आहेस म्हणूनच मला आणखी आवडतेस!" आता बोला!

❖

मिशन एव्हरीथिंग पॉसिबल!

असं म्हणतात की, 'टू मच इज बॅड!' कोणतीही गोष्ट अति झाली की, ती असह्य होते. आपल्याकडं 'अति तिथे माती' ही म्हण आहेच. मालिकांमधलं हे 'शुभ्र' पात्र असंच 'टू मच' रूपात दिसतं.

संपूर्ण घराला एकत्र बांधून ठेवणं आणि त्या घरच्या माणसांसाठी (बरेचदा एकतर्फी) राबराब राबणं हे यांचं जीवितध्येय असतं आणि मुख्य म्हणजे हे फक्त आणि फक्त यांचंचं जीवितध्येय असतं; त्यामुळं या 'शुभ्रा' बरेचदा अगदी आसुसून अन्याय ओढवून घेत असतात. दुःखाचे कढ गिळत असतात, अपमान सोसत असतात, टिपं गाळत असतात, हालअपेष्टा सोसत असतात. थोडक्यात सांगायचं तर आपली ही शुभ्रता, त्याग, निष्ठा, पातिव्रत्य, तत्त्वं, संस्कार अशा कशाकशाचं टीनोपॉल घालून अधिकाधिक उजळवत असतात. या पात्राला राग-चीड-संताप-वैताग-आसक्ती वगैरे कोणतीही गोष्ट रोखू शकत नाही. स्वतःच्या प्राणांचीसुद्धा पर्वा न करता या शुभ्रा सदैव घराच्या भल्यासाठी झटत असतात. प्रसंगी सगळं आपल्यावर शेकलं तरी चालेल, आपण तोंडघशी पडलो तरी चालेल, आपल्याबद्दल गैरसमज झाले तरी चालतील, अगदी आपल्याला धक्के मारून घराबाहेर काढलं तरी चालेल; पण हे पात्र सत्यापासून (म्हणजे त्यांना वाटतं त्या) जराही ढळत नाही आणि आपल्या घराचं आणि तिथल्या माणसांचं कल्याण हीच 'आखरी मंजिल' असल्यामुळं, वाटेतल्या असल्या कुठल्या आलतूफालतू गोष्टींचं या पात्राला काहीही वाटत नाही... काही वाटत नाही म्हणजे, अर्थातच

वाईट वाटतं; पण हे वाईट वाटणं या पात्राला मार्गभ्रष्ट करू शकत नाही.

'आपल्याला ज्यातलं कळत नाही त्यात आपण बोलू नये.' हा सल्ला (सल्ला कसला... दटावणी!) आपल्यासारख्या पामरांना अगदी लहानपणापासून मिळत असतो; पण या शुभ्रांना मात्र तसं कुणी म्हणत नाही. अर्थात, त्यांना 'चालती हो!', 'तुला काय करायचंय?', 'इट्स नन ऑफ युवर बिझनेस!', 'तुमसे मतलब...?' असं कोणत्याही भाषेत खडसावलं, तरी त्या ते बोलणं मनावर घेत नाहीत किंवा त्याचा रागही मनात ठेवत नाहीत. आपल्यासारख्या माणसांच्या बाबतीत जर असं काही घडलं तर आपण पुढं संधी मिळेल तेव्हा 'आत्ता का? मला काय करायचंय ना!' असं 'टिट फॉर टॅट' वगैरे करतो; पण या शुभ्रा मात्र असलं क्षुद्रपणे कधीही वागत नाहीत. कधीही हार मानत नाहीत आणि त्यांच्या दृष्टीनं कुठलंच मिशन इम्पॉसिबल नसतं!

❖

काळ्या करणीची कुटिल पात्रं

मालिकेचं कथानक पुढं सरकवण्यासाठी (किंवा आहे तिथंच गोल गोल घुटमळवण्यासाठी) त्यामध्ये काळ्याकुट्ट करणीच्या कुटिल, कारस्थानी, कळलाव्या अशा 'क'कारी पात्राची किंवा पात्रांची उपस्थिती फार महत्त्वपूर्ण असते. त्यातसुद्धा अमक्यातमक्या 'खानदानाचं' वाट्टोळं वाट्टोळं करण्याचा विडा उचललेली किंवा एखाद्या व्यक्तीचं अथवा खानदानाचं नामोनिशाण मिटवण्यासाठी कटिबद्ध असलेली सून हे मालिकांमधील एक विलक्षण व्यक्तित्व असतं. जनाची नाही, मनाची नाही अशा लेव्हलचं हे पात्र चांगुलपणाच्या मुखवट्याआड बेरकी कारवाया, प्राणघातक हल्ले अशा प्रकारच्या भयंकर कारवाया करत असतं. यामध्ये कधी सगळा ताबा स्वतःकडं यावा ही आसुरी महत्त्वाकांक्षा असते, तर कधी दुसऱ्याचं वाईट झालं पाहिजे, ही काळीकुट्ट मनोवृत्ती असते. सूडभावनेनं भडकणं हे तर असतंच असतं. बरेचदा हे पात्र म्हणजे शुभ्राच्या अगदी विरुद्ध टोकाची 'काळी बाई' असते. ती सासू, जाऊ, नणंद, सावत्रपैकी, व्यावसायिक प्रतिस्पर्धी, दुखावली गेलेली कुणी, 'वूड बी' सवत... अशा कोणत्याही रूपात असू शकते. तिची करणी जितकी काळी, तिच्या कारवाया जितक्या हिंस्त्र आणि तिचा उद्देश जितका भयंकर, तितकं शुभ्राचं तेज अधिक लखलखतं! असं हे परस्परांवर अवलंबून असलेलं नातं असतं.

ही बया काळ्या करणीची, आस्तीन की साँप, षड्यंत्रकारी आहे हे तिनं काही करण्याच्या आधीच आपल्यासारख्या दर्शकांना कळतं,

तिच्या फिस्कारल्या आविर्भावावरून, तोंडं करण्यावरून, कुजक्या कॉमेंट्सवरून आपल्याला ते कळतं; पण शुभ्रा व तत्सम पात्रांना मात्र ते कळत नाही. एरवी सगळे 'ता'वरून ताकभात ओळखणारे; पण या बाबतीत मात्र नाही! 'काळी'ची तिच्यापेक्षाही काळीकुट्ट मनोरथं पूर्ण करण्यासाठीच जणू बाकीचे राबत असतात.

काही काळ सगळे डाव 'काळी'च्या मनासारखे पडतात... ती मनात मांडे खात राहते. भेसूर, भयावह पार्श्वसंगीताच्या साथीनं अधिकच चेकाळून आणखी नवनवे छळ मांडते, कशाचाही विधिनिषेध बाळगत नाही, काय वाट्टेल ते करते... अखेर ती विजयी होणार इतक्यात कुठंतरी माशी शिंकते आणि तिचं पितळ उघडं पडतं. आफ्टरऑल, शुभ्राच्या तेजाचा विजय होणारच ना!

मग एकेकाळी जी वेळ शुभ्रावर आलेली असते - म्हणजे 'काळी'नं आणलेली असते - सगळ्यांच्या मनातून उतरण्याची, शिव्या खाण्याची, कधीकधी चार मुस्कटातसुद्धा खाण्याची, घराबाहेर काढलं जाण्याची, घटस्फोटाची - ती वेळ 'काळी'वर येते; पण तिचे 'स्टार' पॉवरफुल असतात... अशा प्रसंगी शुभ्रा सगळ्यांच्या हातापाया पडून तिला वाचवते, सावरते, घरात राहायची परवानगी मिळवून देते, घरातल्या काहींचा रोष पत्करते; पण 'काळी'च्या पाठीशी ठाम उभी राहते... मग 'काळी' जरासं लटकं मुसमुसते, माफीबिफी मागते आणि पुन्हा सज्ज होते... नव्या दमानं कारवाया करायला!

❖

अबला आणि अतिबला

मालिकांमधल्या (ठरवलं तर क्षणार्धात सबल होऊ शकणाऱ्या) अबला शक्यतो आसुसून अन्याय सोसण्यातच धन्यता मानतात, त्याच वेळी खलनायकी फळीतल्या बायका नुसत्या सबलाच काय... चक्क 'अतिबला' असतात. कसलाही विधिनिषेध, कशाचीही चाड, लाज आणि मुख्य म्हणजे भीती नसलेल्या या कारस्थानी बाया 'किसी भी हद तक' जाणाऱ्या असतात.

एकीकडं मुकाट्यानं छळ सोसणाऱ्या, सतत संस्कार, घराची एकता वगैरेंचा जप करत, सतत दुःख आणि अपमानाचं कॉकटेल पिणाऱ्या, निर्मोही, त्यागमूर्ती, सोशिक अबला, तर दुसरीकडं कर्कश, भडक, दुष्ट, कारस्थानी, भल्याभल्यांना नेस्तनाबूद करू शकणाऱ्या अतिबला असं चित्र मालिकांमध्ये सर्रास दिसतं.

परंपरा, खानदान आणि संस्कारांचा जप करणाऱ्या आलिशान व समृद्ध घरात असल्या अतिबला काय काय करत असतात! बाजारातून भाजी घेऊन यावी, मुलांना शाळेत सोडून यावं, बँकेत पैसे भरून वा काढून यावं, दारात रांगोळी काढावी, तितक्या सहजतेनं त्या अपहरण घडवणं, खुनाच्या सुपाऱ्या देणं, विषप्रयोग करणं, हॉस्पिटलमधून रिपोर्ट बदलून घेणं... (अगदी डीएनएचा रिपोर्टसुद्धा! मुळात ही माणसं एखाद्यानं हिमोग्लोबिन तपासून यावं तितक्या सहजपणे आणि फ्रिक्वेन्सीनं डीएनए तपासून घेत असतात. आपल्या आजवरच्या माहितीत तरी असं कुणी डीएनए तपासून आलेलं नाही बुवा!) कुणावरही कितीही गंभीर बालंट आणणं अशा भयंकर गोष्टी अगदी नित्याच्या असल्यासारख्या

करत असतात. घरातल्या घरात एखाद्याला जिन्यावरून किंवा घसरून पाडणं, चोरीचा आळ घालणं, स्वयंपाकात तिखट-मीठ वाढवणं, दुसऱ्याच्या मोबाइलवरून मेसेज पाठवणं, श्रेय लाटणं असले उपद्व्याप तर त्या अगदी चुटकीसरशी व सराईतपणे करत असतात.

विशेष म्हणजे, त्या घरातल्या संस्कारांचा, आदर्शांचा, सद्गुणांचा त्यांच्यावर जराही 'असर' होत नाही. त्या सतत घराचं वाईट करण्याच्या संधीच्याच शोधात असतात. अशी संधी शोधून डाव टाकण्यासाठी त्यांना आर्थिक स्रोत, वेळ, मनुष्यबळ सगळं काही आणि हवं तेव्हा हवं ते उपलब्ध असतं. कधीकधी 'आस्तीन का साँप' असणारं एखादं पात्र तिची साथ द्यायला सज्ज असतं. मग काय विचारता! अबलेचं मुळुमुळु आणि अतिबलेचं चेकाळू...!

❖

रडा रडा कोण अति रडे तो!

सर्वसामान्यांच्या घरात कुणी विनाकारण किंवा एवढ्यातेवढ्यावरून रडत असेल तर जनरली "भरल्या घरात रडायला काय झालंय?" किंवा "काय धाड भरलीय?" अशा शब्दांत प्रतिक्रिया ऐकू येतात; पण घरोघरी मनोरंजनाचा (!) रतीब घालणाऱ्या मालिकांनी रडण्याला जणू 'ग्लॅमर'च मिळवून दिलंय असं म्हणायला हरकत नसावी. या रडकथा पाहणारे टिपं गाळत गाळत हा भावनांचा कल्लोळ पाहतात आणि मालिकेतल्या घरातले बहुतेक सगळेजण विविध वेळी, विविध प्रसंगी घळाघळा रडत असतात. खलनायक मंडळीसुद्धा कधी षड्यंत्र असफल झालं किंवा अंगाशी आलं म्हणून रडतात, तर कधी घराचं वाईट होताना पाहून (मनात आनंदानं थुईथुई नाचत) वरकरणी रडताना दिसतात. प्रत्यक्षात असे मुसमुसून किंवा हुंदके देऊन रडणारे पुरुष सहसा दिसत नाहीत; पण मालिकेत मात्र पुरुष बायकांच्या बरोबरीनं रडतात.

मालिकांच्या विश्वातली ही माणसं आपापसांत रडतात, एकटी रडतात, देवापुढं रडतात, दवाखान्यात रडतात, चारचौघांत रडतात... कुणाच्या वियोगामुळं रडतात, सामुदायिक रडतात, एकान्तात रडतात... रड रड रडतात. प्रत्यक्षात माणसं अशी उघडपणे इतक्या प्रमाणात रडत असतील का, कोण जाणे; पण मालिकेत मात्र अशी रडारडी सुरू असते एवढं खरं!

ही माणसं दुःखाच्या क्षणीच नव्हे, तर आनंदाच्या क्षणीसुद्धा

भरभरून रडतात. स्वप्नपूर्ती झाली... रडा, मुलीची सासरी पाठवणी... मग तर रडणं मस्टच! बाळाचं आगमन... रडा, कुणी दूर निघालं... रडा... काही झालं.... रडा, काही झालं नाही... तरी रडा!!!

एकूण काय, काळजी असो वा आनंद, साफल्य असो वा दुःख, वेदना असो वा समाधान; भावना व्यक्त करण्यासाठी, त्यांना वाट करून देण्यासाठी अश्रुपाताला पर्याय नसतो. काही काही मालिकांत तर पर्मनंट डबडबलेल्या डोळ्यांची पात्रं असतात. (रडायचं ते रडायचं, वर आणखी "कुठं काय, डोळ्यांत कचरा गेला असेल." असले बहाणे करायचे. कळस म्हणजे, ते प्रेक्षकांना कळतात; पण संबंधितांना कळत नाहीत किंवा ते लक्षात घेत नाहीत!)

...आणि अशी ही ताणलेल्या मालिकांतल्या समृद्ध खानदानातील सालंकृत, भरजरी, 'मेकअप'थरयुक्त लोकांची ताणलेली रडारडी आपण प्रेक्षक भरल्या घरात हौसेनं (भरल्या डोळ्यांनी!) पाहण्यात गुंगलेलो असतो.

❖

बिनचेहऱ्याची पात्रं

मालिकेच्या परिघात खूपदा राज्य दिसतं ते समस्त महिलावर्गाचं! सासू, आजेसासू, नाती, नणंदा, जावा, सवती, सुना, विहिणी... अशा विविध वयोगटांतल्या आणि नात्याच्या बायका घर, बिझनेस आणि एकूणच सर्वांच्या आयुष्याचा गाडा हाकत असाव्यात असं दिसतं. या बायकांच्या हातात सगळ्या घरादाराची, प्रथा-परंपरांची आणि रीतिरिवाज, व्यवहार वगैरे गोष्टींची सूत्रं तर असतातच, शिवाय काही वेळा तर व्यवसायाची सूत्रंसुद्धा त्यांच्याच हातात असतात. स्वयंपाकघर, देवघर, बाग इथंपासून ते फॅक्टरी, बोर्डरूम, कारवाया, कट-कारस्थानं, राजकारण, चांगुलपणा, भूतदया वगैरे वगैरे. जे काही घडतं-शिजतं ते मुख्यत्वे याच पात्रांदरम्यान. या साऱ्यात घरातली बाकीची माणसं, कर्ती पुरुषमंडळी जणू बिनचेहऱ्याचीच असतात. त्यांना घडणाऱ्या कशातही फारसा वाव नसतो आणि 'व्हॉइस'ही नसतो. त्यातसुद्धा खलनायकी फळीतल्या बायकांच्या नवऱ्यांची अवस्था तर आणखी वाईट असते.

बाकी कुठं स्त्रीप्रधान, स्त्रीसत्ताक संस्कृती फारशी नसली, तरी मालिकेत मात्र असते आणि पुरुषांना भट्टीचे विविधरंगी झब्बे घालून त्यांच्या 'हो' त 'हो' मिसळणं एवढाच काय तो स्कोप असतो. ते कितीही हुशार, कर्तबगार, कर्तव्यदक्ष, काहीही असले तरी अंतिम विजय होणार असतो तो त्यागमूर्ती सोशिका असलेल्या पात्राचाच! तिच्या त्यागाचा, चांगुलपणाचा, संस्कारांचा आणि भक्तीचाच विजय होणार असल्यामुळे आणि 'जीत का सेहरा' तिच्यासाठी राखीव असल्यामुळे बाकी कुणाच्या कर्तबगारी वगैरेची फारशी नोंद नसते. खलनायक

मंडळींनासुद्धा या बायकांकडून मात (की माती?) खावी लागतेच! मग ते कितीही उच्च कोटीची, तंत्रकुशल कारस्थानं करोत, ठोकळ्यांचा खेळ उधळला जावा तसा क्षणार्धात त्यांचा 'बना बनाया खेल' बिघडतो आणि त्यांची हार होते.

आणखी एक विशेष गोष्ट म्हणजे, कितीही मोठ्या स्थानावरचं, उच्च पदावरचं, मोठा उद्योग-साम्राज्य सांभाळणारं पुरुष पात्र असो, त्याच्या नॅनो-सेकंदालाही अब्जावधी रुपयांची किंमत असते असं सतत भासवलं जात असलं तरी हे पात्र बहुतेक वेळा घरी बायकांच्या भांडणात मध्यस्थी करण्यातच व्यग्र असतं, त्याच्यासमोर अशी घरगुती 'केस' आल्यानंतर न्यायनिवाडा, साक्षी-पुरावे, मग अंतिम निकाल... वगैरे यथासांग सुरू असतं. या सगळ्यात हा बाबा त्यांचा 'नंबर वन'चा बिझनेस कधी आणि कसा सांभाळतो, त्याच्यावरच्या जबाबदाऱ्या कधी आणि केव्हा पार पाडतो, असले प्रश्न आपण चोंबडेपणानं पाडून घ्यायचे नसतात. अशी काही बिनचेहऱ्याची पात्रं हटकून पाहायला मिळतात एवढं खरं!

❖

क्रिटिकल कन्डिशनम!

मालिकांच्या एकूण सगळ्या व्यापात तब्येतीची दुखणी हा प्रकारही किती स्पेशल असतो बघा! म्हणजे एरवी सदोदित टिपटॉप, नटूनथटून तयार असलेली ही माणसं सदोदित उत्साहानं विविध गोष्टींत मग्न असतात. सतत घरात लग्नसमारंभ, निरनिराळे उत्सव, पूजा, पारंपरिक कर्मकांडं, (त्यातून जमलंच तर) बिझिनेस, राग-लोभ, मानापमान वगैरे वगैरे गोष्टी हमसून हमसून करत असतात, त्यात रममाण होत असतात. त्यांच्या या सगळ्या 'महा'आयुष्यात तब्येतीची दुखणी तरी साधीसुधी किंवा किरकोळ असून कशी चालतील ना! तेसुद्धा सगळं अचाट, भव्य आणि अफाटच असायला पाहिजे.

आपल्यासारख्या माणसांचं बघा, हवा बदलली की अंग मोडून आलं, कधी दाढ ठणकतेय, गालगुंड झालं, पोट गच्च झालं, बिघडलं, जुलाब, बोट चिमटलं, कापलं, डोळे आले अशा नखशिखांत अवयवांच्या तक्रारी अविरत ताप देत असतात. त्या घरगुती उपचारांनी किंवा डॉक्टरांना दाखवून औषध घेतलं की बऱ्याही होतात; पण मालिकांतल्या मंडळींचं असं आलतूफालतू काही नसतं. ते पोहोचतात ते एकदम आयसीयूमध्ये जीवन-मरणाच्या सीमारेषेवर!

ती व्यक्ती कुणीही असू शकते. म्हणजे, खलनायकाचं किंवा खलनायिकेचं 'सॉफ्ट टार्गेट' असलेले बाबूजी किंवा माँजी अशा आधीपासूनच तब्येतीच्या बुरुजाला खिंडार पडलेल्या व्यक्ती असू शकतात किंवा घरासाठी उपाशीतापाशी झटणारी सालस सून... झालेल्या अथवा घडवलेल्या अपघाताची शिकार ठरलेला घरातील कर्ता पुरुष अथवा तरुण मुलगा किंवा जिन्यावरून पडणं,

मुद्दाम सांडलेल्या तेलावरून घसरणं अशा प्रकारच्या काळ्या 'प्लॅन'ला बळी पडलेली एखादी सून... असं कुणीही अकस्मात आयसीयूमध्ये दाखल होऊ शकतं.

अशी ती व्यक्ती धाड्कन कोसळली की, "अरे कोई डॉक्टर को बुलाओ" म्हणून घाबरा आकांत मांडायला अनेकजण सरसावतात; पण स्वतः झट्कन उठून डॉक्टरांना फोन करत नाहीत. कधीकधी तर धाड्कन कोसळायच्या अवस्थेला पोहोचलेली व्यक्ती चांगलं गरगरत असलं, तोल जात असला तरी "मुझे कुछ नहीं हुआ है।" किंवा "मैं ठीक हूँ।" असं म्हणून स्वतःला (व प्रसंग) ताणत असते. अशा प्रकारे एकदाची ती व्यक्ती आयसीयूमध्ये दाखल होते. ऑक्सिजन मास्क, निरनिराळ्या नळ्या आणि जोडीला पिक-पिक करणारा मॉनिटर वातावरणातला ताण अधिकच गडद करत असतात. नर्सेस सुतकी व कोऱ्या चेहऱ्यानं (व ड्रेसनं) ये-जा करत असतात. बाहेर काचेच्या पलीकडं त्या व्यक्तीशी संबंधित लोक येरझारा घालत असतात. डोळ्यांत प्राण आणून डॉक्टरांकडून हालहवाल कळण्याची वाट बघत असतात. पेशंट शुद्धीत नसल्यामुळे तो तेवढा नाइलाजानं गुपचूप पडून असतो. (तो शुद्धीत असला तर स्वतःच्या अखत्यारीत आयव्ही वगैरे स्वतःचं स्वतः उचकटून काढून, प्लॅस्टरबिस्टर कापून, ऑक्सिजन मास्क भिरकावून तिडमिडत चालू लागतो ते थेट 'मिशनवर'च!) या बेशुद्ध पेशंटची प्राणज्योत फुंकण्यासाठी खलनायक फळी औषधं बदलणं, ऑक्सिजन मास्क हटवणं, ऑक्सिजन सिलिंडरचा नॉब बंद करणं किंवा ऑक्सिजन पाइप तोडणं वा चिमटणं असे निर्णायक प्रयत्न करतात. बरेचदा पेशंटच्या आयुष्याची दोरी चांगली चिवट असते; त्यामुळं शेवटी तो वाचतोच!

ही आयसीयूमधली माणसं कधीकधी कोणत्याही उपचारांना, औषधांना कश्श्याकश्श्याला म्हणून दाद देत नसतात... 'दवा की नही दुवा की जरुरत है।' अशा स्टेजला गेलेली असतात, आचके देत असतात... अशा वेळी डॉक्टरांची खास परवानगी घेऊन कुणीतरी त्याला भेटायला जातो आणि अहो आश्चर्यम्! त्या व्यक्तीच्या नुसत्या आवाजाने, स्पर्शाने किंवा नुसतं तिथं असण्याने पेशंट टुणकन उठतो... लगेच डोळे उघडतो, हात-पाय हलवतो, ॲटलिस्ट करंगळी का होईना, प्रयत्नपूर्वक हलवतो, बोलायचा प्रयत्न करतो, पापण्यांची उघडझाप

करतो... अगदी काही नाही तर अश्रूचा एक टपोरा थेंब का होईना डवरतो आणि इतका वेळ अर्ध्या वाटेत पोहोचल्यासारखा वाटणारा तो पेशंट खडखडीत बरा होतो. आपल्यासारख्यांना किरकोळ आजारातून उठायला, म्हणजे अशक्तपणा वगैरे कमी होऊन पुन्हा दिनक्रमात पूर्ववत रुजू व्हायला चार दिवस तरी लागतात; पण ही माणसं मात्र झटक्यात बरी होऊन कामालासुद्धा लागतात!

कित्येक दशकं कोमात असणं, डोळे जाणं आणि ते परत येणं, स्मृती जाणं आणि तीही चुटकीसरशी परत येणं असे 'जादूचे प्रयोग' त्यांच्या घरी अगदी 'रुटीन'मध्ये घडतात. झालेल्या किंवा करवलेल्या अपघातांतून उठणारी माणसं हाही असाच नित्याचा प्रकार! प्लॅस्टिक सर्जरीनं चेहरा बदलून एकदम नवा 'लूक' घेणारी माणसं ही करामतही अगदी सहज करतात.

आजारी असल्याचं खोटं भासवून 'सुटका' करून घेण्याचा मार्ग म्हणून आयसीयूमध्ये 'विश्रांती'ला गेलेले खलनायक-खलनायिकाही या विश्वात पाहायला मिळतात आणि भल्या अथवा बुऱ्या उद्देशासाठी, स्मृती गेल्याचं अथवा दृष्टी गेल्याचं किंवा वेड लागल्याचं नाटक करून इप्सित ध्येयाप्रत पोहोचू पाहणारे लोकही इथं दिसतात.

आपल्यापैकी काहीजण सतत दुखणं कुरवाळण्यात मग्न असतात, कधीकधी तर "बरं आहे का?" या प्रश्नाचं उत्तर "हो" असं द्यायला नाखूश असल्यासारखे वाटतात. सतत काहीतरी होत असणं हा जणू त्यांच्या जिवाला विरंगुळा असल्यासारखे वागत असतात. कोणती 'पॅथी' चांगली याबद्दल त्यांची स्वतःची अशी खास आणि ठाम आग्रही मते असतात. 'सेल्फ मेडिकेशन'चे प्रयोग तर सर्रास सुरू असतात. कुणी भसाभस गोळ्या घेतात, कुणी इंजेक्शन! कुणी चूर्ण-काष्ठ-काढे यात रममाण असतात, तर कुणी 'त्याला काय होतंय?' असं म्हणून बेधडक कुपथ्य करत असतात; पण मालिकांतल्या माणसांना मात्र यासाठी बहुतेक वेळ नसतो. सर्वसामान्य माणसांना धसका वाटण्याजोगी, हेलपाटून टाकणारी दुखणी ही माणसं अगदी सहज पचवत असतात. त्यातून झटपट बाहेरही येतात... कितीही 'क्रिटिकल कन्डिशनम्' असली तरी!!

❖

दूध का दूध, पानी का पानी

मालिकेतल्या शुभ्रा म्हणजे आपल्या सकलगुणसंपन्न नायिका बरीच दिव्यं (एपिसोडची संख्या जितकी जास्त, तितकी दिव्य जास्त!) पार पाडतात. त्यानंतर दूध का दूध आणि पानी का पानी होतं. प्रॉब्लेम्सचा गुंता (तात्पुरता का होईना) सुटतो, दुःखाचा अंत व्हायची वेळ येऊन ठेपते (अर्थातच दर्शकांच्या सहनशक्तीचा अंत पाहून) तेव्हा शुभ्राच्या त्यागाचा विजय होतो. म्हणजे अल्टिमेटली विजय तिचाच आहे हे आपल्याला माहीत असतं; (फक्त तो किती संकटांची वळणं-वळसे पार करून आणि किती एपिसोडचं दळण झाल्यानंतर होणार आहे हे फक्त आपल्याला माहीत नसतं.) पण मालिकेतल्या पात्रांना ते माहीत नसतं ना; त्यामुळं ते ओव्हर कॉन्फिडन्समध्ये उन्मादात असतात. एकूण काय, खऱ्या-खोट्याची शहानिशा होईपर्यंत या शुभ्राचं काही खरं नसतं. त्यांचं कुणीही ऐकून घेत नाही, त्यांच्यावर कुणी विश्वास ठेवत नाही, गंमत म्हणजे त्यांचं 'ट्रॅक रेकॉर्ड' सुद्धा कुणी विचारात घेत नाही. घर फिरलं की घराचे वासे फिरतात असं म्हणतात ना, तसा अनुभव त्यांना सतत येतो, तरी त्या नेटानं वाटचाल करत आला दिवस रेटत राहतात.

कधी चुकून त्या खोटं बोलल्या तर ते कुणाच्या तरी परमभल्यासाठीच असतं; पण नेमकं त्या तोंडघशी पडतात आणि ते खोटं उघडं पडतं. एरवी त्या चतुर, दक्ष, चाणाक्ष वगैरे असतात; पण कुणावरही सहज विश्वास ठेवतात. खलनायकी फळीच्या कुटिल कारस्थानात तर त्या आपणहून अगदी स्वतःच्या पायांनी चालत जाऊन अडकतात, कसायाला गाय धार्जिणी म्हणतात तस्सं! त्या स्वतःची चूक नसताना पड खातात. मुकाट्यानं 'ताने' आणि अन्याय झेलतात. तोंड उघडून घडाघडा बोलत

नाहीत. इतरांचा शाब्दिक व प्रत्यक्ष मार खातात. उपासतापास सोसतात. स्वतःच्या तब्येतीकडं दुर्लक्ष करतात. दुःखाचे कढ गिळतात, अश्रूंच्या सोबतीत जगतात. शिवाय निर्मोही आणि अनासक्त तर त्या असतातच!

हे सगळं असतं, कारण त्या कुणाच्या तरी आदर्शांनुसार संस्कारीपणे वाटचाल करत असतात... त्या शुभ्रगुणी सात्त्विक नायिका असतात. एका संकटातून नाहीतर षड्यंत्रातून सुटलं, जरा आलबेल झालं, चार हसतेखेळते क्षण आले की, 'रिफ्रेश' होऊन पुढच्या दिव्यांना सामोरं जाण्यासाठी त्या सज्जच असतात!

❖

घराघरांतले न्यायाधीश

मालिकेतल्या विश्वात एकत्र कुटुंब अपरिहार्यच असतं. भल्यामोठ्या खानदानी, राजेशाही घरातला प्रचंड मोठा बारदाना, त्यात चित्रविचित्र पात्रांची गर्दी... त्यांच्या निरनिराळ्या कारवाया सतत सुरू राहणार हे गृहीतच धरायचं असतं. मग घरातील कर्त्याकडं अथवा कर्तीकडं अंतिमतः एखादी 'केस' येते तेव्हा खऱ्या-खोट्याची शहानिशा होते, साक्षी-पुरावे सादर होतात, त्या वेळी जे लोक पडायचे ते तोंडावर पडतात. बाकीचे बाजूला उभं राहून तमाशा बघतात. मग घरातला हा कर्ता किंवा कर्ती साक्षी-पुरावे तपासून न्यायनिवाडा करते आणि शिक्षा सुनावते... बरं, ती व्यक्ती एवढ्यावरच थांबत नाही बरं का, त्या शिक्षेची अंमलबजावणीसुद्धा ती स्वतःच्या डोळ्यांदेखत करून घेते. तिथं अपील नसतं आणि शिक्षेला विलंबही नसतो. जे काय होतं ते तिथल्या तिथं... सर्वांसमक्ष!

मजेची गोष्ट म्हणजे 'आरोपी' यातून काहीही धडा घेत नाहीत किंवा इतर 'भावी आरोपी'सुद्धा हे गांभीर्यानं घेत नाहीत आणि पुन्हा नव्या दमानं, नवनव्या शक्कल लढवून गुन्ह्यास प्रवृत्त होतात. या शिक्षासुद्धा कशा... तर पूर्वी लहानपणी आपण पऱ्या-राक्षसांच्या अद्भुत कथांमध्ये वाचल्या होत्या तशा प्रकारच्या. नरकात काय शिक्षा असतात याचं वर्णन नेहमी उकळत्या तेलाच्या कढईत टाकतात असं केलं जातं. आता मालिकांमध्येही छळाच्या अशा कल्पक (!) कल्पना पाहायला मिळत आहेत. फरक फक्त इतकाच की, गोष्टींमध्ये दुष्ट वृत्ती सुष्टांना त्रास देण्यासाठी असे वागत असत. मालिकांमध्ये दुष्ट वृत्तीला धडा शिकवण्यासाठी अशा शिक्षा दिल्या जात आहेत. अपराध करणारेही दमत नाहीयेत...

त्यांना पकडून त्यांना शिक्षा सुनावून, शिक्षेची प्रत्यक्ष अंमलबजावणी करणारेही दमत नाहीयेत... आणि ते पाहणारे आपणसुद्धा....!

❖

काय कुणाची भीती?

मालिकांमधल्या घरांमध्ये सतत संस्कारांच्या म्हणजे अर्थातच सुसंस्कारांच्या गप्पा मारल्या जात असतात. नीतिमूल्यांची भलावण सुरू असते. काही ठिकाणी खानदान की परंपरा, आब, रुबाब जपण्यासाठी आटापिटा सुरू असतो. (प्रत्यक्षातसुद्धा काहीजण आमच्यात अमुक असतं, असं सतत सांगत असतात. हे 'आमच्यात' प्रकरणही असंच जबरदस्त असतं!) पण त्याच वेळी याच घरातली, याच संस्कारात राहणारी, इथंच वाढलेली माणसं भल्या भल्या खलनायकांना लाजवतील अशा कर्तबगारीची असतात. इथं स्त्री-पुरुष भेदाभेद नसतो बरं! उलट बायका चार पावलं पुढंच असलेल्या दिसतात!

दुसऱ्याचं बोलणं चोरून ऐकणं, फोन ऐकणं, निरोप वेळेत न देणं वगैरे गोष्टींना दुष्टपणा म्हटलं तर एखाद्याला तो विनोद वाटावा अशी या 'काळ्या' माणसांच्या दुष्टपणाची 'रेंज' विस्तृत असते. कुणाची औषधं किंवा त्यांचे डोस बदलणं, खोटंनाटं पसरवणं, एकाचे दोन करून सांगणं, विषप्रयोग, सुपारी देणं, कागदपत्रे पळवणं-बदलणं, नष्ट करणं, किल्ल्या पळवणं, गाडीचे ब्रेक फेल करणं, ऑक्सिजन मास्क काढून टाकणं, भुताटकीचे प्रयोग दाखवून घाबरवणं... अशी या माणसांच्या कर्तृत्वाची गाथा काय आणि किती सांगावी! या आणि अशा प्रकारांपासून ते थेट डोक्याला पिस्तूल लावून उडवण्याची धमकी देण्यापर्यंत किंवा चक्क उडवण्यापर्यंत या माणसांची लीलया पोच असते आणि त्यांना याचा काडीचा विधिनिषेध नसतो.

समोरच्याला गाफील ठेवून, कागदपत्रांवर त्याच्या सह्या घेऊन

क्षणार्धात त्याला रस्त्यावर आणण्याचं कसब या माणसांकडं असतं. विषाची सहज उपलब्धता करून ते चहात, दुधात मिसळून अगदी अगत्यानं तो प्याला 'टारगेट'च्या हातात देऊन 'टारगेट' तो प्याला पुरता रिचवतंय ना, याची खातरजमा करण्याची दक्षतासुद्धा हे लोक घेतात. विशेष म्हणजे, तो प्याला रिचवणाऱ्याला जरासुद्धा कसला वास येत नाही किंवा चव वेगळी वाटत नाही. आहे किनई गंमत?

❖

छळछावण्या

मालिकांमधल्या शुभ्रा (ऊर्फ बळीचे बकरे... नव्हे बकऱ्या) मुख्यत्वे छळ सोसण्यासाठीच जन्माला आलेल्या असाव्यात असं म्हटलं तर अतिशयोक्ती ठरू नये. त्यांनी संयमानं छळ सोसावेत आणि बाकीच्यांनी अधिकाधिक चेकाळून त्यांचा छळ करावा, असा एकूण रिवाज दिसतो. त्यातसुद्धा छळ करण्यात जणू चढाओढच असते... आज शुभ्राच्या बाजूनं असलेली बाई अथवा बाबा उद्या तिच्या बाजूनं असेलच असं नाही... कोण कुठल्या क्षणी तिच्या विरोधात उठून उभं राहील याचा नेम नसतो आणि शुभ्राचं 'ट्रॅक रेकॉर्ड' कितीही जबरदस्त असलं तरी त्या पुण्याईचा काहीही उपयोग होत नाही. तिच्यावर आरोप होतात, काही वेळा तर तिच्याविरुद्ध पुरावे (अर्थातच खोटे) उभे केले जातात, त्यावर सगळ्यांचा सोयिस्करपणे विश्वासही बसतो... मग काय, 'मिशन छळ' सुरू! तिचं 'जीना हराम' करण्यासाठी सगळेजण सर्वशक्तीनिशी छळाचं हत्यार उपसतात; पण शुभ्राचा त्याग- निष्ठा- भक्ती- विश्वास वगैरे वगैरे या सगळ्यापेक्षा श्रेष्ठ असतं. ती तिला तिच्या घरात, तिच्या माणसांकडून मिळणारी हीन वागणूक स्थितप्रज्ञपणे सोसत राहते, कश्श्याकश्श्याबद्दल म्हणून चकार शब्द काढत नाही. ती मार खाते, टोमणे खाते, हाय खाते... खाण्याचे पदार्थ सोडून सगळं खाते!

घर ही संकल्पना कशी असते... उबदार, प्रेमळ, आपली माणसं, आधार, माया-प्रेम-ममता-आपुलकी-आत्मीयतायुक्त अशा प्रकारची; पण मालिकांमध्ये मात्र घर आहे की युद्धभूमी, असा प्रश्न पडतो. सतत कुणी ना कुणी कुणावर तरी कुरघोड्या करत असतं. कल्पनेच्या

परिघापलीकडची कारस्थानं रचत असतं, एकमेकांच्या जिवावर उठत असतं, घरावर किंवा उद्योग-व्यवसायावर वर्चस्व मिळवण्यासाठी धडपडत असतं आणि त्यासाठी कोणत्याही थराला जाऊ शकतं. घर आहे की छळछावणी, असं वाटायला लावणारी ही घरं बाकी कितीही आलिशान आणि झगमगाटी दिसली, तरी त्यांचं अंतरंग हे असं काळंकुट्ट अंधारलेलं असतं.

❖

'सण'सणीत!

"हुश्शऽऽ... झाली बाई दिवाळी" मैत्रीण फोनवर म्हणाली. तिच्या दीर्घ उसासण्यातून गेल्या कित्येक दिवसांची उत्सवी धावपळ, ताण, श्रम, उत्साहाच्या आणि गोड, अलिखित सक्तीच्या भरात केलेली आवाक्याबाहेरची दगदग... असं सगळं व्यक्त होत होतं.

"मग... आता काय?" मी निरर्थक प्रश्न केला.

"काही नाही. आठवडाभर सुट्टी आहे अजून. त्यात सगळं पूर्ववत जागच्या जागी आणणं, नेहमीची राहिलेली कामं उरकणं आणि त्यातून जमलंच तर विश्रांती ... आणि काय...." ती म्हणाली.

आपल्या आयुष्यात हे असंच असतं. घरातली नित्याची कामं, घरातल्या सगळ्यांच्या वेळा, नोकरी-व्यवसायाचं रहाटगाडगं, अभ्यास-परीक्षा-स्पर्धा, आलं-गेलं, बरंवाईट... या साऱ्यात अधूनमधून सण-समारंभांची हिरवळ... त्यातला आनंद, जिव्हाळा, कधी व्यवहार, परंपरा, विरंगुळा... मस्त सेलिब्रेशन!

पण आपल्याकडचे 'डेली सोप' मात्र याला अपवाद असतात. बाकी आपल्यासारख्यांच्या जीवनात सण-उत्सव-समारंभाचं स्थान पानातल्या लोणची-पापड-चटण्यांसारखं असलं तरी मालिकातल्या माणसांच्या जीवनात हाच 'मेन कोर्स' असतो की काय, अशी अवस्था असते.

ही माणसं एकामागून एक सतत षड्यंत्रांच्या भोवऱ्यात तरी हेलपाटत असतात, नाहीतर सतत कसल्यातरी 'सेलिब्रेशन'च्या मागं तरी असतात. सर्वसामान्यांच्या घरात शेंगदाण्याच्या कुटाचं यंत्र असतं, तसं यांच्या घरात सतत 'षड्यंत्र' फिरत असतं. त्यातूनसुद्धा ही माणसं घराला

आणि चेहऱ्याला 'लायटिंग' करून असतात.

यांच्या घरात काहीही साजरं करायचं म्हटलं की, घराच्या आणि माणसांच्या सजावटीची लगबग सुरू होते. आधीच इतकी छान प्रासादवजा घरं असतात, त्यात आणखी काय 'डेकोरेशन' करायचं असतं कोण जाणे; पण "अजून इतकी कामं पडलीयेत," असं म्हणत नुसती इकडून-तिकडं झपझप फिरत असतात एवढं खरं! झाडाला चिंचा लगडलेल्या असाव्यात तशा दागदागिन्यांनी नखशिखांत लगडलेल्या आणि भरजरी, अवजड साड्यांत लपेटलेल्या बायका आणि विविधरंगी, नक्षीदार शेरवान्या व ओढणीसारखी उपरणी... (सॉरी सॉरी... स्टोल म्हणायचं, नाही का!) गळ्यात घेतलेले पुरुष पुन्हा आणखी वेगळं 'तयार होतात' म्हणजे काय करून येतात हे काही आपल्याला उलगडत नाही.

या सणाळलेल्या बायकांनी तर बुगड्या, वेणीत किंवा अंबाड्यावर माळण्याची सुवर्णफुलं, नथी, कंबरपट्टे, छल्ले, तोरड्या, वाक्या असल्या दागिन्यांना नुसता उजाळाच नव्हे, तर त्यांना नित्याच्या 'गेटअप'चा भागच करून टाकलं आहे. शिवाय 'नेहमी'चे दागिने असतताच हं! या लोकांच्या घरी जसा सदैव उत्सवी सेट-अप तयारच असतो, तसे हे लोक सतत विशेष समारंभाला निघाल्यासारखेच सजूनधजून असतात. रात्री झोपतानासुद्धा हे कधी 'कॅज्युअल'मध्ये वगैरे नसतात. यांना सेलिब्रेशनसाठी वरचेवर आपल्या संस्कृतीतील वेगवेगळी निमित्तं असतातच, त्यात भरीला पाश्चात्त्यांचे 'डे'सुद्धा आपण भक्तिभावानं आपलेसे केलेले आहेत; त्यामुळं या माणसांचा बराचसा वेळ आणि ऊर्जा घरात झेंडूच्या माळा सोडणं-गुंडाळणं, दिवे लावणं, भल्यामोठ्या रांगोळ्या काढणं, निरनिराळ्या प्रकारची आरास करणं, फळं-मिठाया-फुलं यांची ताटं भरभरून, साग्रसंगीत मांडामांड करणं आणि सगळ्या बोजड साजातसुद्धा चपळाईनं वावरत, तत्परतेनं जबाबदाऱ्या पार पाडण्यात व्यतीत होत असतो.

या सगळ्या धामधुमीत बाजारहाट, स्वयंपाक असल्या गोष्टी कोण आणि कधी करतं? दळण आणणं, लाइटचं बिल भरणं, दुरुस्ती अशा प्रकारची कामं यांना कधी नसतात का? समारंभाच्या निमित्तानं झालेला हा सगळा पसारा नंतर कोण आवरतं? सगळ्या वस्तू पुन्हा जागच्या जागी कोण लावतं? असले (दळभद्री) प्रश्न आपल्यासारख्यांच्या मनात

येतात.

फराळाचे पदार्थ करताना तळणाच्या घाण्याला जुंपलेली नायिका कधी तेलकट-घामट झालीय, बसकण मारून करंज्यांचं पीठ कुटतेय, चकल्या तेलात पसरताहेत म्हटल्यावर तिच्या तोंडचं पाणी पळालंय असं कधी होतं का बघा!

सगळ्या साजशृंगारात, घामाच्या धारांनी जराही बेजार न होता, भरजरी साडीच्या इस्त्रीला किंचितशीसुद्धा सुरकुती न पाडता ती चकचकीत किचनमध्ये, कढईतल्या तेलात झारा अलगद फिरवत ''झालंच हं!'' असं म्हणून, प्रेमळ, हसऱ्या चेहऱ्यानं आणखी पुढच्या जबाबदाऱ्या झेलण्यासाठी तडफेनं सज्ज असते. एवढंच नव्हे, तर यांच्या कुंडलीत 'मनुष्य'बळसुद्धा जबरदस्त असतं! मी मी करत, कामं ओढून ओढून करणारे लोक असतात, पहाटे उठून कुणाला कळण्याच्या आत चुटकीसरशी 'सगळं' उरकणारे घरातलेच मदतनीस असतात.

''ए आईऽ त्याला सांग ना गं,'' असं दुसऱ्यावर काम ढकलणारे आळशी गोळे तर चुकूनसुद्धा नसतात, दिवाळीत पहाटे उठण्याच्या महाभयंकर कल्पनेनं वर्षभर आधीपासूनच व्यथित झालेले सदस्य नसतात आणि एखादं काम सांगायला गेलं तर ते चौपट करून ठेवणारे महाभाग तर अजिबातच नसतात; त्यामुळं या 'सणसण'त्या उत्साहाला फुलबाज्यांची चांदणी-चमक असते. यांचं कसं असतं बघा... नाहीतर आपण आहोतच!

❖

www.ingramcontent.com/pod-product-compliance
Lightning Source LLC
LaVergne TN
LVHW030322070526
838199LV00069B/6530